Wikang Filipino IV
基础菲律宾语

第四册

史阳 黄轶 编著
咸杰 审订

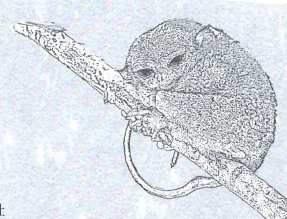

北京大学出版社
PEKING UNIVERSITY PRESS

图书在版编目(CIP)数据

基础菲律宾语. 第四册 / 史阳,黄轶编著. —北京:北京大学出版社,2021.9
(新丝路·语言)
ISBN 978-7-301-32410-3

Ⅰ. ①基⋯　Ⅱ. ①史⋯ ②黄⋯　Ⅲ. ①菲律宾语 – 高等学校 – 教材　Ⅳ. ① H631.7

中国版本图书馆 CIP 数据核字(2021)第 170961 号

书　　名	基础菲律宾语(第四册)
	JICHU FEILÜBINYU (DI-SI CE)
著作责任者	史　阳　黄　轶　编著
责任编辑	严　悦
标准书号	ISBN 978-7-301-32410-3
出版发行	北京大学出版社
地　　址	北京市海淀区成府路 205 号　100871
网　　址	http://www.pup.cn　新浪微博:@北京大学出版社
电子信箱	pkupress_yan@qq.com
电　　话	邮购部 010-62752015　发行部 010-62750672　编辑部 010-62754382
印　刷　者	北京虎彩文化传播有限公司
经　销　者	新华书店
	650 毫米 ×980 毫米　16 开本　11.75 印张　206 千字
	2021 年 9 月第 1 版　2022 年 8 月第 2 次印刷
定　　价	58.00 元

未经许可,不得以任何方式复制或抄袭本书之部分或全部内容。
版权所有,侵权必究
举报电话:010-62752024　电子信箱:fd@pup.pku.edu.cn
图书如有印装质量问题,请与出版部联系,电话:010-62756370

前 言

　　北京大学菲律宾语言文化专业创办于1985年，原名为他加禄语专业。在多年的教学实践中，我们主要使用菲律宾的原版语言材料作为授课材料，强调菲律宾语的标准化和实用性，其不足之处在于无法针对中国学生的特点进行讲解。在参考国外教材的基础上，我们编写了这套针对中国学生的《基础菲律宾语》系列教材。在编写这套教材的过程中，我们参考了国外教材的特点，并通过教学实践补充相关的语言材料。

　　《基础菲律宾语》系列教材前期已于2017至2018年出版过三册，主要教学对象是高等教育菲律宾语专业低年级的学生，一般在3至4个学期内完成教学内容。本册是此系列教材的第四册，在学习了前三册的基础上，供高年级学生学习，本册教材一般在1至2个学期内完成教学内容。

　　《基础菲律宾语》第四册以课文为主，重视阅读量的同时，在课文内容上更为丰富，文学有关内容明显增加。前半册的课文侧重于菲律宾社会本身，分主题介绍了菲律宾的历史文化、价值观、社会发展状况等，后半册则选取了菲律宾文学中知名的神话传说、诗歌、小说、散文等，在帮助学生系统而深入地学习菲律宾语的同时，也能使其对菲律宾的社会文化状况有基本了解，并且开启对于菲律宾文学原典的阅读和理解之旅。每课由课文、单词、练习、阅读等部分组成，基本上全部用菲律宾语表述，旨在通过较大的阅读量、丰富的阅读内容，帮助学生更多、更深入地掌握词汇、短语、句型和习惯表达，从而达到语言能力的全面提高。本册教材设计每周10—12课时，第四册一般需要学习15—18周。除了深入学习和掌握各篇课文中出现的词汇和短语，课后阅读部分的短文是对课文的有益补充，增强了对阅读量和阅读内容的要求，一般通过泛读式的学习来掌握。第四册教材要求掌握的单词量大约为3000个。各个学校可根据实际情况调整教学进度。

  我们非常感谢北京大学国家外语非通用语本科人才培养基地、外国语学院对本系统教材编写、出版的大力资助。由于时间仓促，编者能力有限，书中的疏漏之处，望广大读者批评指正。

编者
2021年7月

目录

Aralin 1　Ang Pamumuhay at Katangi-tanging Ugali sa Saloobin ng Ating mga Ninuno ⋯⋯⋯⋯⋯⋯⋯⋯⋯⋯⋯⋯⋯⋯⋯ 1

Aralin 2　Mga Paglilingkod ng Pamahalaan ⋯⋯⋯⋯⋯⋯⋯⋯ 15

Aralin 3　Ang Mundo at Mapa ⋯⋯⋯⋯⋯⋯⋯⋯⋯⋯⋯⋯⋯⋯ 30

Aralin 4　Ang Pilipinas at ang mga Katangian Nito ⋯⋯⋯⋯⋯ 43

Aralin 5　Ang Pilipinas sa Pagdating ng mga Dayuhang Mananakop ⋯ 58

Aralin 6　Ang Pilipinas sa Panahon ng mga Amerikano ⋯⋯⋯⋯ 74

Aralin 7　Ang Pananakop ng mga Hapones sa Pilipinas ⋯⋯⋯⋯ 89

Aralin 8　Ang Pamahalaan sa Pangangalaga at Pagpapaunlad ng Sariling Kultura ⋯⋯⋯⋯⋯⋯⋯⋯⋯⋯⋯⋯⋯⋯⋯ 103

Aralin 9　Dalawang Alamat ng Pilipinas ⋯⋯⋯⋯⋯⋯⋯⋯⋯ 115

Aralin 10　Ang Pinagmulan ng Pilipinas at Lahing Kayumanggi ⋯ 125

Aralin 11　Ilan sa mga Tulang Filipino: Mahiganting Langit ⋯⋯⋯ 138

Aralin 12　Dalawang Sanaysay ⋯⋯⋯⋯⋯⋯⋯⋯⋯⋯⋯⋯⋯ 152

基础菲律宾语（第四册）

Aralin 13 Pilipino'y Maaaring Kilanlin sa Pamamagitan ng
　　　　　Kanyang Pagkain ··· 161

Aralin 14 Kabanata 39 Katapusan I ·································· 168

Aralin 15 Kabanata 39 Katapusan II································· 175

参考文献·· 181

后记··· 182

Aralin 1　Ang Pamumuhay at Katangi-tanging Ugali sa Saloobin ng Ating mga Ninuno

一　课文　Testo[①]

Paninirahan at Tirahan

　　Dahil sa dagat o ilog kumukuha ng pagkain ang ating mga ninuno, ang kanilang mga bahay ay itinatayo sa malapit sa dagat o ilog. Sa ilog sila naglalaba, naliligo, at kumukuha ng kanilang maiinom. Yari sa kahoy at kawayan ang dingding at sahig ng kanilang bahay. Mayroon lamang iisang silid ang karaniwang bahay. May bahagi na kung tawagin ay batalan kung saan dito nila inilalagay ang mga tapayan ng tubig na ginagamit sa paghuhugas ng pinagkainan at pinaglutuan. Yari din sa kawayan ang kanilang hagdan. Ang bahaging silong ng kanilang bahay ay ginagawang kulungan ng alagang hayop, imbakan ng palay at bigas. Nagiging taguan din ito ng mga kasangkapan tulad ng araro at lusong. Itinatali naman sa gilid ng kanilang bahay ang kalabaw na ginagamit sa pagsasaka.

　　Ang iba naman sa ating mga ninuno ay nagtatayo ng bahay sa itaas ng punungkahoy. Dito naninirahan upang mapangalagaan ang kanilang kaligtasan laban sa mga mababangis na hayop at mga kaaway.

---

① 改编自Pilipinas: Bayan ko 3，第94—103页。

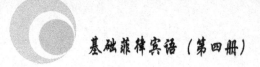

Nakakita ka na ba ng bahay sa dagat? Ang ilan sa ating mga ninuno ay may mga bangkang bahay at karaniwang makikita ito sa Dagat Sulu sa Mindanao. Karaniwang mga Badjao ng Sulu ang naninirahan dito. Ang anyo, uri at gamit ng bahay at ng mga kasangkapang gamit dito ay batay sa kinaroroonan at pinagkukunan.

Pagkain

Kanin at isda ang pangunahing pagkain ng ating mga ninuno. Sagana sila sa palay at mga tanim at sa mga isda mula sa mga ilog at dagat. Pampuno sa kanin at isda ang manok, baboy, hipon, at iba pag lamang-dagat, prutas, gulay, mga panglasa, asukal at mga ligaw na halaman. Ang kanilang mga lutuan ay yari sa putik o mga basket na yari rin sa putik o kaya ay tatlong batong nagsisilbing tungko. Nagkakamay sila sa pagkain o gumagamit ng mga kutsara at tinidor na yari sa kahoy. Ginagamit na mga baso ang pinatuyo at nilinis na mga bao ng niyog.

Maliban sa pagkain, ang ating mga ninuno ay mahilig din sa pag-inom ng alak. Ang bawat pagdiriwang ay sinasabayan ng masayang kainan. Ilan sa mga alak nila ay mga *tuba* na kinatas mula sa punong niyog; ang *basi* ay kinatas mula sa tubo; ang *pangasi* na kinatas sa bigas; at ang *tapuy* ng mga Igorot na mula sa pinaasim na bigas.

Pananamit at Palamuti sa Katawan

Ang mga kababaihan noon ay nagsusuot ng kamisa na tinatawag nilang *baro* na may mahabang manggas at paldang maluwang na tinatawagna *saya* ng mga Tagalog at patadyong ng mga Bisaya. Pinapatungan ang *saya* ng isang putol na telang puti o pula na nakapaikot sa baywang. Ito ay tinatawag na *tapis*.

Aralin 1 Ang Pamumuhay at Katangi-tanging Ugali sa Saloobin ng Ating mga Ninuno

Sa mga kalalakihan naman ay nagsusuot sila ng isang dyaket na walang kuwelyo at walang manggas na tinatawag na *kangan* at makitid na pirasong telang nakapaikot sa baywang at magdadaan sa pagitan ng mga hita. *Bahag* ang tawag dito. Nagsusuot ng putong ang mga lalaki bilang pantakip sa ulo, na animo ay turban.

Ang mga sinaunang Pilipino ay mahilig maglagay ng mga palamuti sa katawan. Isinusuot nila nang sabay-sabay ang mga singsing, hikaw, pulseras sa braso, kwintas, at pulseras sa binti. Yari sa ginto ang malalaking mga bato ng mga palamuting ito. Nilalagyan din ng koronang yari sa ginto ang pagitan ng mga ngipin.

Bukod sa pagsusuot ng mamahalin at mabibigat na mga palamuti sa katawan, tinatatuan din ang kanilang mga katawan ng iba't ibang disenyo. Masasabing ang isang lalaking maraming tatu sa katawan ay matapang at mayabang.

Ang mga Bisaya ang pinakamaraming tatu sa katawan kaya tinawag silang *Pintados* ng mga Español. Humanga ang mga ito sa naggagandahang mga disenyo sa katawan ng mga ninuno natin gaya ng mga bagay na may iba't ibang hugis o anyo.

Pamahalaan

Ang yunit pampulitiko ng ating mga ninuno ay tinatawag na barangay. Binubuo ito ng mula 30 hanggang 100 pamilya. Maraming barangay ang naitatag at bawat barangay ay malaya sa isa't isa. Ang bawat barangay ay pinamumunuan ng isang datu na taglay ang lahat ng mga kapangyarihan ng isang punong tagapangasiwa, tagagawa ng batas o mambabatas, hukom, at pinuno ng hukbo.

Lahat ay maaaring maging puno ng barangay. May tinig ngkapangyarihan ang datu. Ang lipon ng mga kaugalian at pamamana ay nagtatakda ng kanyang mga dapat gawin. Sa tuwi-tuwina ay hinihingi niya ang payo ng sanggunian ng matatanda sa kanyang barangay.

Ang pagkakaroon ng maraming barangay ay nagpapatunay na wala pang pambansang pamahalaan. Walang hari o pinakamataas na punong tagapangasiwa noon.

Libangan

Ayon sa pananaliksik, ang ating mga ninuno ay naglilibang sa pamamagitan ng karerang kalabaw at bangka, pagbubunong-braso, at paligsahan sa paghahagis ng bato. Kung minsan sila rin ay naglalaro ng pagbubugtungan.

Musika

Mahilig sa musika ang ating mga ninuno. Mahusay silang umawit at magpatugtog ng iba't ibang instrumentong pangmusika

Sila ay may awit sa iba't ibang okasyon. Ang *kundiman* ay pinakamaganda sa mga awitin nila. At *dalot* ang bantog sa mga Ilocano. Ang bawat rehiyon o tribu ay may kanya-kanyang awitin kinagigiliwan.

May iba't ibang gamiting instrumentong pinapatugtog ng ating mga ninuno tulad ng mga sumusunod:

1. kudyapi- ang gitara ng mga Tagalog
2. sibay- ang plawtang tambo ng mga Ilocano
3. kulintang- ng mga Muslim
4. gangsa ng mga Igorot
5. tultogan-tambol na yari sa kawayan ng mga Bisaya.

Magandang magsayaw ang mga katutubo. Ang mga sayaw nila

ay nagsasalaysay ng mga kuwento ng pag-ibig at nagpapakita ng mga damdamin. Bawat rehiyon o tribu ay may ipinagmamalaking sayaw. Nariyan ang *dandansoy* ng mga Bisaya, *panjaloy* ng mga Muslim, *kundiman* ng mga Tagalog. Ang *kumintang* at *balitaw* ang pinakabantog na mga sayaw na itinatanghal sa mga pagdiriwang.

Edukasyon

Informal ang pag-aaral sa barangay. Ang mga bata ay tinuturuan sa loob at sa labas ng bahay. Ang mga magulang at matatanda ang nagtuturo sa mga bata ng mga kaalamang kailangan sa pagpapamilya, pagtatanggol sa sarili at kahit pakikidigma. Itinuturo sa mga batang babae at lalaki ang pagsulat, pagbasa, pagbilang, pananampalataya at musika. Bukod sa mga kaalamang panlahat, itinuturo pa sa mga batang lalaki ang pagsasaka, pangingisda, pangangaso, pagmimina, at iba pang hanapbuhay. Itinuturo naman sa mga batang babae, bilang karagdagang kaalaman, ang pagluluto, paghahabi, at iba pang gawaing may kinalaman sa pagiging isang maybahay. Sa kabuuan, nilalayon ng informal na edukasyon sa barangay ang paghahanda sa mga bata sa kani-kaniyang tungkulin sa hinaharap.

Mga Katangi-tanging Kaugalian at Saloobin ng Ating mga Ninuno

Magalang

Kilala sa pagiging magalang ang mga Asyano. Natutuhan at tuluyang sinunod ng mga Pilipino ang ugaling ito ng ating mga ninuno. Iginagalang ang mga matatanda. Kapag nakasalubong ng mga nakatatanda, ang mga nakababata ay yumuyukod at nag-aalis ng putong sa ulo.

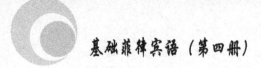

Matapang

Ang pagiging matapang ay pinatunayan sa atin ni Lapu-Lapu. Ang ating mga ninuno ay handang ipagtanggol ang ating kalayaan laban sa mga mananakop. Ang uri ng pamumuhay nila noon ay nagpapatunay na matapang ang ating mga ninuno. Naninirahan sila sa mga pook na wala pang tao. Lumaban sila sa mga mababangis na hayop at naglalakbay sa dagat na sakay lang ng maliliit na bangka.

Masipag at Matiyaga

Mababakas sa Hagdan-Hagdang Palayan o payo sa Banawe Ifugao ang pagiging masipag at matiyaga ng ating mga ninuno. Maraming taon itong ginawa ng ating mga ninuno nang halos walang kagamitan. Maraming gawin ang mga ninuno natin ng mga kamay lamang ang gamit, tulad ng paglala ng banig, pagbuburda, at paghabi ng tela.

Matipid at Masinop

Umaasa lamang ang ating mga ninuno sa mga pagkain sa kapaligiran. Dahil madaling maubos ang kanilang pagkain sa kapaligiran, natutuhan ng ating mga ninuno ang magtipid at mag-ipon ng mga pagkain. Kung maaari pa ay itinatabi para makain sa susunod na araw. Ang mga kagamitan nila ay iniingatan para pakinabangan nang matagal at magamit din ng kanilang mga anak.

Matapat at Nagkakaisa

Ang pakikipagkalakalan ng ating mga ninuno sa mga dayuhan ay umunlad, dahil sila ay pinagkatiwalaan. Sila ay naging matapat sa kalakalan. Ang mga paninda ng mga dayuhan ay iniiwan lang nang

Aralin 1 Ang Pamumuhay at Katangi-tanging Ugali sa Saloobin ng Ating mga Ninuno

walang bantay. Kung may kinukuha ang mga ninuno natin ay iniiwan nalang nila ang kapalit nito. Walang pandaraya sa kalakalan ng mga ninuno natin.

Sila rin ay may pagkakaisa. Nagtutulungan sila sa iba't ibang gawain upang umunlad.

Malinis sa Katawan at Kabahayan

Ang ating mga ninuno ay likas na malinis sa katawan. Naliligo sila sa batis at ilog at gugo ang gamit nila sa paghaplos ng buhok. Langis ng niyog ang inilalagay nila sa buhok para maging makintab ang mga ito. Malinis din sila sa pamamahay. Mga dahon naman ang pangkuskos nila sa sahig upang ito ay maging malinis at makintab. May nakalapag silang tapayan ng tubig sa pintuan upang ang lahat ng papasok sa bahay ay makapaghugas ng mga paa nang hindi madumihan ang sahig.

二 单词表 Talasalitaan

iisang	唯一的
batalan	走廊
tapayan	陶罐
silong	地下室
imbakan	储物室
anaro	犁
lusong	舂米的臼
punungkahoy	森林
batay sa	基于
panglasa	调味料

基础菲律宾语（第四册）

ligaw	野生的
kalang	楔子
tungko	三脚架
nagkakamay	用手
bao	椰子壳
kinatas	榨汁
manggas	袖子
palda	裙子
nakapaikot	缠绕着
kuwelyo	领子
makitid	狭窄
putong	头巾
pantakip	覆盖物
palamuti	装饰
pulseras	镯
mayabang	自大的
tagapangasiwa	管理者
hukom	法官
nagtatakda	规定，限制
sa tuwi-tuwina	经常
sanggunian	咨询，委员会
pagbubunong-braso	摔跤
paligsahan	比赛
paghahagis	扔
tribu	部落
kinagigiliwan	被喜爱
karagdagan	额外

Aralin 1 Ang Pamumuhay at Katangi-tanging Ugali sa Saloobin ng Ating mga Ninuno

pananampalataya	信仰，宗教
nilalayon	以……为目标
mababakas	可见一斑
mag-ipon	收集
paninda	货物，售卖物
pandaraya	欺骗
pakikipag kalakalan	通商，经贸往来
paghaplos	按摩
pangkuskos	擦洗物
makintab	（擦得）闪亮的

三 练习 Pangkasanayan

1. Isalin ang mga sumusunod na pangungusap sa Filipino.

   (1) 我们祖先的生活很先进，并且井然有序。

   (2) 米饭和鱼是我们祖先首要的食物。

   (3) 众多巴朗盖的存在证明没有全国性的政府。

   (4) 在苏禄的 Badjao 人经常住在船屋里。

   (5) 拉普拉普是我们民族第一个勇敢的标志。

2. Punuin ang mga pangungusap.

   (1) _____ ang pangunahing pagkain ng ating mga ninuno.
   (2) _____ ang lalaking maraming tatu sa katawan.

(3) Binubuo ang mga barangay ng _____ pamilya.

(4) Matipid at masinop ang ating mga ninuno dahil _____.

3. Sagutin ang mga tanong ayon sa testo.

(1) Ano ang mga pagkain ng ating mga ninuno?

(2) Ano ang kapangyarihan ng datu?

(3) Ano ang itinuturo sa mga batang lalaki sa informal na edukasyon?

(4) Bakit iniiwan ng mga dayuhan ang paninda nila nang walang bantay?

4. Sulatin ang isang maikling artikulo upang sagutin ang sumusunod na tanong.

Mayroon ka bang mga kapanakibangang taglay ng ninuno ng mga Pilipino? Sa palagay mo, ano ang ibang katangian ng mga Pilipino?

四 课后阅读 Pagbabasa sa Gawain Bahay

Mga Gawaing Manwal, Pahalagahan Natin[①]

Nararapat na ipagmalaki ng bawat Pilipino ang mga gawaing manwal. Nararapat ding mahalin at pagyamanin ang mga gawaing manwal na tutulong sa pagpapaunlad sa mga mamamayan.

Maraming gawain ang maaari mong gawin ang nais mong pagyamanin bilang isang mabuting mamamayan sa iyong pamayanan.

Nahahati sa dalawang pangkat ang mga manggagawa sa ating bansa. Nabibilang sa mga gawaing pang-opisina ang mga empleyado, accountant,

---

① 改编自 Pilipinas: Bayan ko 3，第 202—208 页。

Aralin 1 Ang Pamumuhay at Katangi-tanging Ugali sa Saloobin ng Ating mga Ninuno

abogado, tagapamahala, doktor, at nars.

Binubuo naman ng mga karpintero, minero, kaminero, taga-ayos ng kalsada, kargador, dyanitor, magsasaka, at mangingisda ang pangkat ng mga gawaing manwal.

Karpintero

Isang gawaing manwal ang ginagawa ng mga karpintero. Sila ang gumagawa ng mga bahay na tinitirhan ng bawat mag-anak sa isang pamayanan. Nagtatayo rin sila ng mga gusali. Sila ang gumagawa ng mga gusali ng mga paaralan.

Itinatayo nila ang mga matataas na gusali tulad ng makikita sa mga pangunahing lungsod ng bansa.

Kung minsan ay nagkakaroon ng aksidente sa kanilang pagtatrabaho. Kaya nararapat lang na pahalagahan ang manwal na gawain ng mga karpintero.

Minero

Ang mga minero ay mga manggagawa sa isang minahan. Sila ay naghahanap ng mga mina o ginto sa mga kabundukan. Marami tayong mga minahan sa Mt. Province at sa lungsod ng Baguio. Malalakas at matitibay ang loob ng mga minero sa pagganap ng kanilang gawain. Pahalagahan natin ang manwal na gawain ng mga minero.

Kargador/Porter

Matatagpuan ang mga kargador sa mga pier na daungan ng mga barkong pampasahero. Binubuhat nila ang mga bagahe ng mga pasahero upang isakay o ibaba sa barko.

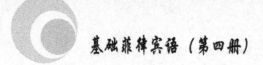

Sa mga paliparan naman, —domestic o *international airport*, porter ang mga nagbubuhat ng mga maleta at iba pang bagahe na dadalhin ng mga pasahero.

Pahalagahan natin ang serbisyong ibinibigay ng mga kargador o porter sa ating mamamayan sa ating lipunan.

Kaminero

Mga kaminero naman ang nag-aayos at naglilinis ng mga kalye o kalsada. Nililinis nila ang mga dumi, sa mga lansangan upang hindi mabarahan ang mga kanal at maging maayos ang pagbibiyahe ng mga mamamayan.

Kapag malinis at maayos ang mga kalye o kalsada, magiging malinis ang hangin sa kapaligiran at mababawasan ang polusyon sa ating pamayanan.

Mangingisda

Mga mangingisda naman ang nanghuhuli ng mga isda at iba pang yamang dagat na kanilang ipinagbibili sa mga pamilihan.

Dapat nating pahalagahan ang mga mangingisda na nagbibigay serbisyo sa atin.

Magsasaka

Ang mga magsasaka ay siyang nagbubungkal ng mga lupain upang pagtaniman. Sila rin ang gumagapas ng palay na kanilang itinanim. Ito'y kanilang dinadala sa kiskisan upang maging bigas na siya nilang ibinibenta sa mga pamilihan. Bukod sa palay, nagtatanim sila ng iba't ibang gulay at prutas.

Sa ngayon, gumagamit ng mga makabagong pamamaraan sa pagsasaka ang mga magsasaka upang higit na maging masagana ang kanilang mga ani.

Mananahi

Ang isang mananahi ay nakatutulong sa ating pamilya at pamayanan. Ang mga nagawa niyang mga kamiseta ay ipinagbibili niya sa mga pamilihan. At kung minsan, ang mga RTW (ready-to-wear) nating mga damit ay iniluluwas pa sa ibang bansa. Sa ganitong pagkakataon, ang kakayahan ng mga mananahi ay nakatutulong sa pagsagot sa mga pangunahing pangangailangan ng ating pamilya.

Pagpapahalaga sa mga Gawain sa Tahanan

Bawat isa sa mag-anak sa isang tahanan ay nararapat na magtutulungan sa mga gawaing manwal. Ginagampanan ng tatay at nanay ang kanilang tungkulin o gawaing manwal sa loob ng tahanan. Inaayos ng tatay ang mga dapat ayusin sa bahay sa pamamagitan ng pagkakarpintero, pag-aayos ng tubo ng tubig, pagpipintura, at iba pa. Paglalaba at pagluluto naman ang gawain ng nanay sa bahay. Tulung-tulong naman sa paglilinis ng bahay sina kuya at ate. Tumutulong din sila sa mga gawain ng kanilang mga magulang.

Sa Paaralan

Mga dyanitor at mga *security guard* naman ang nagsasagawa ng mga gawaing manwal sa loob ng paaralan. Nililinis ng dyanitor ang palikuran, mga silid-aralan, at mga tanggapan.

Ang kaligtasan naman ng mga mag-aaral at katahimikan ng paaralan ang pinangangalagaan ng mga security guard.

Sa Pamayanan

　　Binubuo ng iba't ibang mag-anak o pamilya ang isang pamayanan. Lahat ng taong naninirahan sa isang pamayanan ay nagtutulung-tulong para mapanatiling tahimik at maunlad ang kanilang lugar.

　　Isinasakatuparan ng lahat ang mga taong may gawaing manwal ng kani-kanilang mga trabaho nang sa gayon ay maging maayos ang pamamalakad ng isang pamayanan at matamo nila ang kanilang minimithi.

单词表　Talasalitaan

empleyado	职工，雇员
tagapamahala	经理，负责人
kargador	搬运工
pasahero	乘客
bagahe/maleta	行李
serbisyo	服务
kaminero	清洁工
mabarahan	堵塞
pagbibiyahe	旅途
nagbubungkal	耕种
gumagapas	收割
iniluluwas	出口
kiskisan	碾米场
ginagampanan	执行
palikuran	厕所
isinasakatuparan	完成，实现

Aralin 2　Mga Paglilingkod ng Pamahalaan

一　课文　Testo[①]

　　Bilang pagkilala sa ating mga karapatan, ang pamahalaan ay nagbibigay ng iba't ibang serbisyo o paglilingkod sa mga mamamayan.

Paglilingkod na Pangkatahimikan at Pangkaayusan

　　Ang bawat mamamayan ay nais ng isang pamayanang tahimik at maayos. Katahimikan at kaayusan ang kailangan natin sa paghahanapbuhay. Kailangan natin ito sa paglilibang at pamamasyal. Kailangan din ito kung tayo ay nasa sariling tahanan. Ang ating pang-araw-araw na gawain ay nagagampanan natin nang maayos kung tahimik ang ating paligid. Ang isang tahimik at maayos na pamayanan ay madaling magkakaroon ng kaunlaran.

　　Sinisikap ng pamahalaan na mapangalagaan ang buhay at ari-arian ng bawat mamamayan.

　　Ibinibigay nito ang paglilingkod na pangkatahimikan.

　　Ang ilan sa mga tagapangalaga ng katahimikan at kaayusan sa pamayanan ay ang mga magulang, barangay tanod, pulis, at iba pa.

　　Hinuhuli ng pulis ang mga lumalabag sa mga batas ng pamayanan.

[①]　改编自Pilipinas: Bayan ko 3，第214—226页。

Tumutulong ang mga pulis upang maging maayos ang trapiko.

Tumutulong ang barangay tanod sa pangangalaga ng ating katahimikan.

Inililigtas ng bumbero ang buhay at ari-arian ng mamamayan kung may sunog.

Handang ipagtanggol ng mga tauhan ng pamahalaan ang karapatan ng mga mamamayan. Tinitiyak nilang napangangalagaan ang karapatan ng bawat isa at walang ibang lumalapastangan dito. Ayon sa ating batas, karapatan ng bawat mamamayan na mamuhay nang maayos at tahimik.

Sa ibang pagkakataon, ang hukuman ang nangangalaga sa karapatan ng mga mamamayan. Pinarurusahan nito ang mga taong nakagawa ng pagkakasala sa kapwa at sa pamahalaan.

Sa kabila ng paglilingkod ng pamahalaan mayroon pa ring mga mamamayang Pilipino na hindi nasisiyahan sa programa o pamamalakad nito.

Sinisikap ng pamahalaan na maiwasan ang madugong labanan sa pagitan ng sangay ng military at ng mga grupong salungat sa pamamahala ng pamahalaan.

Maraming sundalo ang nasusugatan, nagbubuwis ng buhay, at nagsasakripisyo sa kanilang magiting na pagtupad sa tungkulin sa panahon ng digmaan. Mga bayani silang maituturing ng ating bayan.

Paglilingkod na Pang-edukasyon

Mahalagang bahagi sa buhay ng tao ang karunungan. Ito ay kailangan ng bawat isa sa atin. Kung ang mamamayan ay may sapat na kaalaman, ang gawain ay magiging madali para sa kanya. Siya ay nagkakaroon ng maayos at matatag na hanapbuhay. Matutulungan niya ang kanyang sarili at pamilya. Siya ay magiging isang kapaki-pakinabang sa mamamayan.

Aralin 2 Mga Paglilingkod ng Pamahalaan

Kailangan ng pamahalaan ang marunong na mga mamamayan. Ang karunungan ay simula ng kaunlaran.

Iba't ibang sentrong pang-edukasyon ang itinatatag ng pamahalaan bilang pagkilala sa karapatang makapag-aral ng mga mamamayan.

May mga mababang paaralan sa ating pamayanan. Dito pumapasok ang mga batang nag-aaral sa elementarya. Natututuhan sa paaralan ang pagbasa, pagsulat at pagbilang. Natututuhan din ang wastong pag-uugali at pagiging mabuting mamamayan. Walang bayad ang pag-aaral sa mababang paaralang itinatag ng pamahalaan o mga paaralang publiko.

May mga mataas na paaralan sa mga lungsod at bayan at ibang piling barangay. Simula noong 1988, wala nang bayad ang pag-aaral sa mataas na paaralan. Nais ng ating pamahalaan na maging marunong ang mga mamamayan.

Ang pamahalaan ay nagtatag din ng mga paaralang pangkolehiyo. Ang mga ito ay matatagpuan sa iba't ibang rehiyon ng bansa. Nag-aaral dito ang mga mamamayan ng mga kurso tulad ng medisina, abugasya, komersyo, pagtuturo, sining, agham, at iba pa. Kailangan ng talino, sipag, at tiyaga sa pag-aaral ng mga kursong ito. Matatag ang kinabukasan ng mga taong nakapag-aral sa kolehiyo.

Para sa mga mamamayang hindi na nakapagpatuloy ng pag-aaral, ang pamahalaan ay nagbibigay ng edukasyong di-pormal. Walang bayad ang pag-aaral dito. Ang mga mag-aaral ay natututo ng mga kaalaman tulad ng pagkukulot at paggawa ng sirang sasakyan. Ang pagsasanay ay ginagawa sa mga mababa at mataas na paaralan ng pamahalaan sa mga pamayanan.

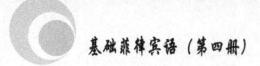

Paglilingkod Pangkabuhayan

Biyaya ng Panginoon ang kalusugan na dapat nating pahalagahan at pangalagaan. Kailangan natin ito upang tayo ay maging maligaya at makagawa ng ating pang-araw-araw na gawain. Anu-ano ang dapat mong gawin upang mapangalagaan ang isang kalusugan?

Malaking suliranin lalo na sa isang mahirap na mamamayan ang pagkakasakit. Nangangailangan ito ng malaking halagang pambayad sa manggagamot at pambili ng gamot. Ang mga sentrong pangkalusugan sa mga barangay, lungsod, at bayan ay nagbibigay ng libreng serbisyo sa panggagamot. Para sa may malulubhang karamdaman, may mga ospital sa malalaking bayan at kabisera ng bawat lalawigan na handang maglingkod sa mga mamamayan.

Sa Metro Manila ay matatagpuan ang malalaking ospital tulad ng Philippine General Hospital, Jose Reyes Memorial Hospital, at National Orthopedic Hospital. Ang mga ito ay ilan sa mga ospital na pampubliko.

Ang Philippine Heart Center for Asia ay isang ospital na naglilingkod sa mga may maselang karamdaman sa puso. Ang Philippine Lung Center naman ay itinatag para sa mga may maselang karamdaman sa baga.

Paglilingkod na Panlipunan

Ang pamahalaan ay nagbibigay ng mga serbisyo upang malutas ang mga suliraning panlipunan. Kabilang dito ang suliranin ng mga mahihirap at api, mga taong walang hanapbuhay at mga biktima ng kalamidad. Sa pamamagitan ng Kagawaran ng Kagalingang Panlipunan, ito ay nagsasagawa ng mga sumusunod na gawain.

Tumutukoy ito sa mga institusyong pangkawanggawa tulad ng mga bahay ampunan.

Nagtuturo ito ng mga marangal na gawaing pagkakakitaan ng mga taong walang hanapbuhay.

Ang pamahalaan ay may proyekto para sa mga mamamayang walang sariling tirahan. Sa pamamagitan ng National Housing Authority (NHA), Government Service Insurance System (GSIS), Social Security System (SSS), at Home Development Mutual Fund (PAG-IBIG), ang mga nagnanais makapag-ari ng bahay ang napaglilingkuran.

Para sa mga mahihirap na hindi kayang magmay-ari o umupa ng buhay, ang pamahalaan ay nagtatayo ng proyektong pabahay upang sila ay magkaroon ng maayos at maginhawang pamumuhay.

Paglilingkod sa Panahon ng Kalamidad

Ang PAGASA ay isang ahensyang nag-uulat tungkol sa kalagayan ng panahon ng bansa.

Tinutulungan nito ang mga mamamayan na mabigyan ng babala upang makapaghanda para sa mga dumarating na kalamidad.

Mga tagapagbalita sa pahayagan, radyo, at televisyon ang katulong ng PAGASA. Sila ay mga taong handang maglingkod sa mga mamamayan sa panahon ng pangangailangan.

Isa pa sa mga ahensyang naglilingkod sa kapakanan ng mga mamamayan ay ang PHIVOLCS (Philippine Institute of Volcanology and Seismology).

Ito ang nagsasaliksik at nag-aaral tungkol sa lindol at kilos ng mga bulkan sa bansa. Ito ang nagbibigay ng impormasyon sa mga tao upang maging handa sa mga sandaling may lindol. Ipinaaalam din ang panganib na dala ng lahar o ng umaagos na putik mula sa pumutok na bulkan. Pangunahing paglilingkod ng pamahalaan ay tulungan ang mga naging biktimang kalamidad, gaya ng pagbaha, sunog, lindol, at pagsabog ng bulkan.

Ilan sa mga ahensyang handang tumutulong sa mga biktima ng kalamidad ay ang Kagawaran ng Kagalingan ng Pagpapaunlad Panlipunan, National Red Cross, at Kagawaran ng Kalusugan.

Iba Pang Paglilingkod ng Pamahalaan Paglilingkod sa mga Magsasaka

Ang ilang bangko ng pamahalaan ay nagpapautang sa mga magsasaka ng puhunan para ibili ng binhi, pataba, gamot, at iba pang kasangkapan na gagamitin niya sa sinasaka niyang bukid.

Upang makasiguro ang bangko na mababayaran ng magsasaka ang inutang na puhunan, nagpapadala sila ng tauhan upang dalawin ang bukirin at pananim ng magsasaka. Tinuturuan nito ang magsasaka ng makabagong pamamaraan sa pagtatanim para malaki ang anihin. Kung malaki ang ani, mapapadali ang pagbabayad sa inutang na puhunan sa bangko.

Paglilingkod sa Mangingisda

Nagpapautang din ang bangko ng puhunan sa mga mangingisda para makabili sila ng mga kagamitan tulad ng bangka, lambat, at ilawan. Kailangan din ng mga mangingisda ang bumili ng lalagyan o imbakan ng isda at mga yelo.

Para maging maayos ang huli, kinakailangang ituro ng pamahalaan ang wastong pamaraan ng pangingisda. Sa ganitong paraan madali nilang mababayaran ang inutang na pera sa bangko.

Paglilingkod sa mga Industriyang Pantahanan

Malaki ang naitutulong ng industriyang pantahanan sa kabuhayan ng

Aralin 2 Mga Paglilingkod ng Pamahalaan

mga mamamayan.

May mga eksperto ang pamahalaan na nagtuturo ng pananahi, paglililok, at sa elektroniks.

Itinuturo rin ang iba't ibang teknolohiya o pamamaraan sa iba-ibang hanapbuhay.

Ang Cottage Industry Technology Center o CITC ang isang ahensyang nagkakaloob ng mga kaalaman para sa paghahanapbuhay. Ito ay ang dating NACIDA o National Cottage Industry Development Authority.

Nagbibigay rin ng paglilingkod ang pamahalaan sa mga mamamayang gustong magtrabaho saan man nila gusto. Maaari silang pumasok sa isang pagawaan o pabrika. Maaari rin silang magnegosyo o magsolo sa pagtatrabaho.

Ang mga manggagawa ng pampublikong opisina ang binibigyan ng seguro ng pamahalaan. Ito'y mula sa GSIS (Government Service Insurance System). Tinatanggap naman ng mga manggagawa sa pribadong sektor ang seguro mula sa SSS (Social Security System).

Karapatan din ng mamamayang Pilipino na makapaghanapbuhay sa ibang bansa.

Binibigyan ng pantay na pagtingin at pagkakataon ang mga babae at lalaki na makapagtrabaho.

Tumutulong din ang mga bangko na pag-aari ng pamahalaan sa mga negosyante, mangingisda, at sa mga industriyang pantahanan.

二 单词表 Talasalitaan

nagagampanan	执行，完成
tanod	警卫

基础菲律宾语（第四册）

lumalabag	反对，反抗
bumbero	消防员
lumalapastangan	不敬，亵渎
hukuman	法庭
pinarurusahan	惩罚
pamamalakad	运行
kapaki-pakinabang	有益处的
medisina	医学
abugasya	法学
komersyo	商学
pagkukulot	烫发，卷发
kabisera	首府
baga	肺
ampunan	孤儿
ahensya	政府组织，部门
bangko	银行
puhunan	资本
makasiguro	确认
ilawan	照明灯
imbakan	储藏室
kagawaran	部门
eksperto	专家
pagawaan/pabrika	工厂
seguro	保险；安全
sektor	部门

Aralin 2 Mga Paglilingkod ng Pamahalaan

三 练习 Pangkasanayan

1. Magpaliwanag ng mga sumusunod na kagawaran ng pamahalaan.

   SSS _____

   GSIS _____

   PAGASA _____

   PHIVOLCS _____

   CITC _____

   AFP _____

   PNP _____

2. Ilagay ang mga sumusunod na kagawaran sa wastong na uri ng paglilingkod na panlipunan.

   A. Himpilan ng Pulisya

   B. Kagawaran ng Panlipunang Paglilingkod at Pagpapaunlad (DSWD)

   C. Mababang Paaralan ng P. Gomez

   D. Barangay Health Center

   E. Pamantasan ng Pilipinas

   F. Philippine Heart Center for Asia

   G. Lung Center

   H. Mataas na Paaralan ng Ramon Magsaysay

   I. Himpilan ng Militar

   (1) Paglilingkod na Panlipunan

   _____

   (2) Paglilingkod Pangkalusugan

   _____

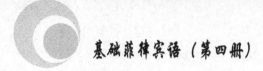

Paglilingkod na Pang-edukasyon

_____

Paglilingkod na Pangkatahimikan at Pangkaayusan

_____

3. Sagutin ang mga sumusunod na tanong

(1) May pangkat ng kabataan na gumagawa ng gulo sa inyong paligid. Ano ang dapat gawin ng mga magkakapitbahay upang ang mga kabataang ito ay matulungan at magkaroon ng mabuting pananaw sa buhay?

(2) Maraming kabataan sa Barangay San Roque ang hindi nag-aaral dahil sa kahirapan. Paano kaya sila matutulungan ng pamahalaan?

(3) Ipagpalagay mong ikaw ay isang magsasaka. Mahina ang iyong ani dahil kulang sa pataba ang lupa sa iyong bukid. Paano mo mapapaunlad ang iyong ani?

四 课后阅读 Pagbabasa sa Gawain Bahay

Mga tungkuling Ginagampanan ng Mamamayan sa Pamahalaan[1]

  Pinangangalagaan ng ating pamahalaan ang ating mga karapatan. Nagtatatag ito ng mga proyekto o mga batas para sa pag-unlad natin at ng buong bansa. May mga tungkulin tayong dapat gampanan upang matugunan ng ating pamahalaan ang mga gawin para sa ating kaunlaran. Dapat tayong makiisa at tumulong. Pinaiiral ng ating pamahalaan ang

---

[1] 改编自Pilipinas: Bayan Ko 3, 第247—253页。

Aralin 2   Mga Paglilingkod ng Pamahalaan

pagsunod sa mga batas upang mapabilis ang ating kaunlaran. Narito ang ilan sa mga batas na dapat nating sundin.

Batas Trapiko

Mahalaga sa atin ang mga batas trapiko upang maiwasan ang mga sakuna sa kalye. Dapat nating sundin ang mga babalang pantrapiko at pairalin ang disiplina sa sarili.

Sa pagsunod sa mga batas trapiko, tayo ay mabilis na nakararating sa ating pinapasukan at nakapagsisimula kaagad ng mga gawain. Mabilis nang nakapagdadala ng mga produkto ang mga mangangalakal sa iba't ibang pamilihan. Hindi ito masisira o mabubulok kung ito ay makararating nang maaga sa patutunguhan.

Binibigyan ng kaukulang parusa ang mga mamamayan at mga motorista na lumalabag sa ating batas trapiko.

Batas Pangkatahimikan

Napapanatiling tahimik at mapayapa ang isang pamayanan kung may mga batas na umiiral at dapat sundin.

Mayroon tayong batas na nagbabawal sa pagsapi sa mga samahang nais ibagsak ang pamahalaan.

Inaakit ng mga samahang maka-kaliwa at maka-kanan ang mga mamamayan na pabagsakin ang pamahalaan sa pamamagitan ng paggamit ng dahas. Nagkakahati-hati ang mga mamamayan na siyang nagiging daan ng kaguluhan sa bansa. Sinisikap ng pamahalaan na maiwasan ang mga pangyayaring ito sa pamamagitan ng pagkontrol sa mga ilegal na samahan. Mahalagang sundin ang batas ukol dito upang tayo ay makapamuhay nang matiwasay at matahimik.

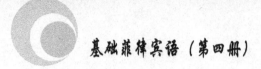

Napananatili natin ang kapayapaan sa pamayanan kung nakokontrol ang mga taong gumagawa ng mga karahasan. Nararapat lamang na hulihin ang mga taong ito at ibigay ang mga parusang dapat maigawad sa kanila.

Ipinagbabawal ng pamahalaan ang pagdadala ng anumang sandata at armas na nakamamatay sa mga pook na pampubliko, tulad ng paaralan, simbahan, palengke, sinehan o pasyalan.

Pagbabayag ng Buwis

Tungkulin ng mamamayan ang magbayad ng buwis. Ang perang kinikita sa mga buwis ay ginagamit sa iba't ibang proyektong pampamahalaan upang lubos na makapaglingkod sa mga mamamayan.

Ang perang nakukuha sa mga ibinabayad na buwis ng mga mamamayan ay ginagamit sa pagpapatayo ng mga pampublikong paaralan, ospital, palaruan, sentrong pangkalusugan at mga gusaling pampamahalaan.

Sa buwis din nanggagaling ang ginagasta para makagawa ng maganda at matitibay na mga daan, kalye at tulay.

Sa buwis pa rin nanggagaling ang mga ipinasasahod sa mga sundalo, pulis at iba pang hukbong tagapangalaga ng katahimikan at kaayusan ng bansa.

Ang ilan sa mga buwis na binabayaran ng mga mamamayan ay ang mga sumusunod:

Income Tax – ito ang pangunahing taunang buwis ng lahat ng mamamayang Pilipino na ibinabatay sa halaga ng kita o suweldo sa buong taon. Sampung porsiyento (10%) ang inaawas sa buwanang kita na napupunta sa pamahalaan.

Real Property Tax – ang buwis na ito ay ipinapataw sa mga ari-arian ng mga mamamayan.

Naisasakatuparan natin ang pagbabayad ng buwis sa araw-araw kapag tayo ay kumakain sa mga restawran, sapagkat kapag tayo ay nagbabayad ng ating kinain, may apat na porsiyento (4%) sa halaga ng ating nakain ang idinadagdag.

Halimbawa kung ang halaga ng kinain ng iyong mag-anak ay isang daang piso (P100.00), papatawan ang halagang ito ng apat na porsiyento (4%) na ang halaga ay apat na piso. Magbabayad ang tatay mo ng isang daan at apat na piso P104.00. Ang apat na piso ay napupunta sa pamahalaan para sa buwis na bayad.

Nagbabayad ng buwis ang mga mamamayan na gumagamit ng kuryente at tubig sa araw-araw. Napupunta sa pamahalaan ang mga buwis na ito na kinikita sa pamahalaan ang mga buwis na ito na kinikita sa MERALCO at Maynilad Water Service, Inc.

Batas Pangingisda

Napaliligiran ng maraming anyong tubig ang ating bansa. Dahil dito, tayo ay sagana sa mga isda at iba pang pagkaing-dagat. Ang ating mga ilog, lawa, at dagat ay patuloy na magbibigay ng iba't ibang produkto kung ating susundin ang mga batas ng nakatanda para sa pangingisda.

Narito ang mga batas tungkol sa pangingisda.

Ang paggamit ng dinamita ay ipinagbabawal.

Ang panghuhuli ng mga isda ay ipinagbabawal sa panahon ng pangingitlog.

Mahigpit na ipinagbabawal ang pagtatapon ng basura o kemikal sa ilog, lawa, at dagat.

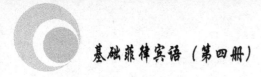

Batas sa Pagpuputol ng mga Punungkahoy

　　Maraming mga bundok ang nakakalbo na dahil sa kapabayaan ng mga tao. Ang mga "loggers" ay patuloy na namumutol ng mga punungkahoy kahit ipinagbabawal ng ating pamahalaan. Ano ang mangyayari kung mauubos ang mga punungkahoy? Marami tayong suliraning susuungin kung mauubos ang mga punungkahoy sa kagubatan. Ang pagsusunod sa batas tungkol sa pagputol ng mga punungkahoy ay dapat nating gawin para na rin sa ating kapakanan.

单词表　Talasalitaan

isinasaad	陈述
makiisa	团结
pinaiiral	实现
patutunguhan	目的地
nagkakahati-hati	分成多个
maigawad	给
nakamamatay	致命的
inaawas	减去
pangingitlog	产卵
nakakalbo	秃的
kapakanan	利益
kaukulan	相关的

练习　Pangkasanayan

1. Sagutin ang sumusunod na mga tanong:

　(1) Paano pinangangalagaan ng ating pamahalaan ang ating mga karagatan?

Aralin 2   Mga Paglilingkod ng Pamahalaan

(2) Anu-ano ang mga tungkulin na dapat nating gampanan upang mataguan ng ating pamahalaan ang mga gawain para sa ating kaunlaran?

(3) Bakit mahalaga ang pagsunod sa mga batas na pinaiiral ng ating kaularan?

(4) Ano ang kahalagahan ng pagsunod sa mga batas trapiko?

(5) Paano napapanatili ng pamahalaan ang katahimikan at kapayapaan sa ating bansa?

2. Piliin at salungguhitan ang kasingkahulugan ng mga salita.

(1) Pag-iimbot (pag-aalugami, pagmamaramot, ipinaabot)

(2) Tutuparin (susunugin, susundin, papatirin)

(3) Tuntunin (batas, bakas, layunin)

(4) Ipinaskil (idinikit, dinurog, ipinapatay)

(5) Gusali (bilding, kubo, yungib)

(6) Pagsapi (pagtunaw, pagsali, pansapin)

(7) Pinaiiral (pinakakain, pinatutupad, pinaiiyak)

(8) Kapwa (kaibigan, kapaligiran, mukha)

(9) Pabagsakin (bombahin, sirain, kulungin)

(10) Kinukupkop (inaaruga, inaaway, kinukusot)

Aralin 3   Ang Mundo at Mapa

一 Testo 课文 ①

Ang Malawak na Mundo Natin

Ang Katangian at Hugis ng Mundo

Noong una'y maraming maling paniniwala tungkol sa mundo. Pinaniniwalaan noon na ang mundo ay isang malawak at patag na kalupaan na may bahaging katubigan. Nabayo ang paniniwalang ito dahil sa siyentipikong pag-aaral ng mga makabagong siyentista. Ayon kay Aristotle at Pythagoras ang mundo ngunit hindi pa eksakto ang sukat na kanyang ibinigay.

Patuloy ang pagsaliksik at pag-aaral upang matukoy ang tiyak na hugis at sukat ng mundo. Nagsagawa ng pagsasaliksik si Sir Isaac Newton at kanyang napatunayan na ang hugis ng mundo ay hindi eksaktong bilog. Ito ay hugis isperong obleyt (oblate spheroid). Ang kanyang pahayag ay sinang-ayunan naman ng mga Pranses noong 1735 nang muli silang magsagawa ng pag-aaral tungkol dito.

Pinatunayan din ni Sebastian del Cano na ang mundo ay hindi patag. Kasama ni Ferdinand Magellan, naglayag sila sa rutang pakanluran mula España patungong silangan upang hanapin ang pulo ng Moluccas o lupain

---

① 改编自Pilipinas: Bayan ko 4，第2—21页。

ng mga pampalasa. Nakabalik siya mula Pilipinas sa ruta ring pakanluran. Si Ferdinand Magellan ay hindi na nakabalik sapagkat napatay siya ni Lapu-lapu sa isla ng Mactan.

Mga Bahagi ng Mundo

Ang mundo ay nababalutan ng atmospera at malawak na tubigan kaya ang kulay nito ay bughaw kung ating titingnan mula sa kalawakan. Sa mundo nakatira ang mga tao, mga hayop, at mga halaman.

Ang ating mundo ay binubuo ng tatlong bahagi, ang bahaging kalupaan, katubigan at atmospera. Malaking bahagi ng mundo ay katubigan na mga pitumpo't limang porsiyento (75%) o tatlong-kapat (3/4). Ito ay binubuo ng mga anyong tubig na matatagpuan sa iba't ibang panig ng mundo, tulad ng karagatan, dagat, ilog, talon, lawa, batis, kipot, at look.

Ang karagatan ang pinakamalawak sa mga anyong tubig. Mayroong apat na pangunahing karagatan sa buong mundo. Ang mga ito ay Karagatang Pacific na may lawak na 63,801,668 milya-kwadrado, ang lalim nito ay 14,048 talampakan, Karagatang Atlantic na may lawak na 31,839,306 milya-kwadrado at ang lalim nito ay 12,880 talampakan. Ang pangatlo ay ang Karagatang India na may lawak na 25,356,276 milya-kwadrado at may lalim na 13,002 talampakan, at ang pang-apat ay ang Karagatang Antartic na may lawak na 5,440,197 milya-kwadrado at ang lalim nito ay umabot sa 3,953 talampakan.

Ang bahaging lupa naman ng mundo ay binubuo ng dalawampu't limang porsiyento (25%) o isang-kapat. Ang bahaging kalupaan ay binubuo ng mga anyong lupa na matatagpuan sa iba't ibang panig ng mundo. Kabilang dito ang mga bundok, kapatagan, burol, lambak, pulo, talampas, at bulubundukin.

Bahagi rin ng kalupaan ang kontinente. Ang kontinente ang pinakamalawak na bahagi ng lupa. Ang Asia, Africa, Hilagang America, Timog America, Antartica, Europe, at Australia ang pitong kontinente sa mundo. Itinuturing din na iisang kontinente ang Europe at Asia. Ito ay tinawag na Eurasia.

Nangunguna sa labi ang Asia na may kabuuang lawak na 16,900,000 sq. mile kabilang ang kapuluan na matatagpuan dito. Pumapangalawa ang Africa na may lawak na 11,500,000 sq. mile. Sumunod ang Hilagang America na umaabot sa 11,500,000 sq. mile ang lawak. Pang-apat sa laki ang Timog America na may kabuuang sukat na 6,800,000 sq. mile. Panlima ang Antartica na may lawak na 5,300,000 sq. mile. Pang-anim ang Europa na may kabuuang sukat na 3,750,000 sq. mile at ang pampito ay ang Australia na may kabuuang lawak na 2,950,000 sq. mile.

Ang Mundo ay Isang Planeta

Ang siyam na planetang umiikot sa araw ay bahagi ng sanlibutan (universe). Ang mundo, na tinatawag ding daigdig, ay isa sa mga planetang bahagi ng sistemang solar.

Pagmasdan ang larawan sa sanlibutan. Pang-ilan ang planetang daigdig mula sa araw?

Ang planetang daigdig ay may 93 milyong milya ang layo mula sa araw. Ito ang planetang puno ng buhay dahil ito ang planetang tinitirhan ng mga tao, hayop, at halaman. Tanging sa mundo lamang nabubuhay nang matagal ang mga bagay na may buhay dahil may sapat itong oxygen, nitrogen, at iba pang uri ng gas na kailangan upang mabuhay ang isang nilalang.

Aralin 3 Ang Mundo at Mapa

Ang Mapa at ang mga Direksyon[1]

Ang Mapa at ang Kahalagahan Nito

Kung ang globo ay bilog na modelo ng ating mundo, ang mapa naman ay patag na modelo nito. Ang salitang mapa ay hango sa salitang Latin na *mappa*, na ang katumbas na kahulugan ay "*napkin*" dahil ipinakikita nito sa paraang palapad ang lawak ng mga lupain, ang iba't ibang anyong tubig, at ang alinmang bahagi ng mundo.

Ang mapa ay mahalaga dahil ginagamit ito sa paghahanap ng kinalalagyan ng isang lugar sa mundo. Nakapaloob dito ang mahahalagang impormasyon tungkol sa iba't ibang lugar sa mundo na tulad ng isang nakalatag na papel.

Ang ating ipakikita ang bilog na hugis ng mundo sa ang pahinang palapad, ganito ang ating makikita:

Ang ganitong hitsura ng mapa na hiwa-hiwalay ay mahirap gamitin dahil hindi ito buo. Mga ekspertong kartograper lamang ang makagagawa ng isang buong maga ng mundo. Kailangan nilang ipakita ang mga impormasyon at mga detalyeng kailangan sa mapa sa mabisang paglalahad ng mga ito. Upang magawa ang mga ito, kinakailangang hatakin ang ilang bahagi o lugar sa mundo upang maipakita ang bawat angulo ng isang lugar. *Map projection* ang tawag dito.

Maraming uri ng mapa. Alam mo ba ang iba't ibang uri ng mapa?

Uri ng Mapa

May iba't ibang uri ng mapa ayon sa gamit nito. Ang mapang pisikal

---

[1] 改编自Pilipinas: Bayan ko 4, 第27—32页。

ay isang uri ng mapa na nagpapakita ng mga anyong tubig at lupa ng isang lugar. Ipinapakita ng mapang politikal ang pagkakahati-hati ng isang lugar batay sa heograpiya bito. Ang mapang pangklima ay tungkol sa klima na nararanasan ng isang lugar. Malalaman naman ang uri ng kabuhayan ng isang lugar kapag sumangguni sa mapang pangkabuhayayn.

Matatagpuan ang koleksyon ng mga mapa sa Atlas.

Bilang isang mag-aaral ay kailangan matutunan ang wastong paghahanap ng isang lugar sa mapa. May mga mahahalagang impormasyon sa mapa na dapat malaman tulad ng mga direksyon, mga pananda, at iskala.

Mga Direksyon

Ang kaalaman sa paghahanap ng kinalalagyan o direksyon ng isang lugar sa globo o mapa ay mahalaga upang madaling matukoy ang lugar na hinahanap.

Mayroong apat na pangunahing direksyon. Ang mga ito ay Hilaga (H), Timog (T), Silangan (S), at Kanluran (K).

Sa mapa ay makakikita ka ng isang *arrow* na nakaturo sa hilaga. *North arrow* ang tawag dito. Ito ang nagiging batayan sa pagtukoy ng tiyak na direksyon ng hilaga at iba pang direksyon sa mapa. May mga mapa na hindi gumagamit ng *north arrow*. Kapalit nito ay ginagamit ang *compass rose*. Nakatutulong din ito sa pagtukoy ng direksyon. Ang *compass rose* ay makikita sa *compass* na ginagamit ng mga marino sa paglalayag upang hindi maligaw sa paroroonan dahil ginagamit din ito upang malaman ang direksyon.

Makikita rin sa compass ang apat na pangunahing direksyon at ang pangalawang direksyon. Ang pangalawang direksyon ay matatagpuan sa pagitan ng apat na pangunahing direksyon. Sa pagitan ng hilaga at silangan ay ang hilagang-silangan (HS), sa pagitan ng timog at silangan ay ang timog-silangan (TS), sa pagitan ng hilaga at kanluran ay ang hilagang-kanluran (HK), at sa pagitan naman ng timog at kanluran ay ang timog-kanluran (TK).

Tingnan ang compass at ituro ang panglawang direksyon.

Ang Pilipinas ay nasa Timog-Silangang Asia. Makikita sa hilaga nito ang Taiwan, sa kanluran ay makikita ang Vietnam at Thailand, sa silangan ay makikita ang mga teritoryo ng United States tulad ng Guam, Hawaii, at Marianas at sa bahaging timog naman ay makikita ang Brunei at Indonesia.

May isa pang paraan na magagamit upang matukoy ang direksyon. Ito ay sa pamamagitan ng araw. Tandaaan natin na ang araw ay sumisikat sa silangan at lumulubog naman ito sa kanluran. Kapag nakaharap ka sa pagsikat ng ataw sa umaga, ang kanang kamay ay nakaturo sa timog at ang kaliwang kamay ay nakaturo sa hilaga. Kapag ikaw naman ay nakaturo sa paglubog na araw sa kanluran, ang kanang kamay ay nakaturo sa hilaga at ang kaliwang kamay naman ay nakaturo sa timog at sa likuran ay silangan.

Ang Iskala

May iskala ang bawat mapa. Mahalagang impormasyon mula sa mapa ang iskala. Naipakikita ng iskala ang layo o distansya ng mga lugar sa isa't isa. Sa pamamagitan ng iskala naipakikita ang laki o layo ng mga lugar dahil ang mga tunay na bagay ay pinaliliit sa mapa.

Sa pagtukoy ng layo o distansya ng isang lugar sa isa't isa ay kinakailangan tingnan sa mapa ang iskalang ginamit upang matiyak ang layo ng pinag-uusapang lugar.

二　Talasalitaan　单词表

siyentipiko	科学家
magsagawa	执行
mapatunayan	被证实
sang-ayunan	被同意
ruta	路线
waglayag	航行
pampalasa	调味料，香料
nabubulutan	被包围的
kalawakan	外太空，宇宙
kipot	海峡
talampakan	英尺
sanlibutan	宇宙
nilalang	被创造的，造物
palapad	宽
eksperto	专家
kartograper	绘图师
paglalahad	打开
hatakin	拉，拖
angulo	角度
heograpiya	地理
iskala	标度
marino	水手
paroroonan	目的地
tandaan	记住

Aralin 3　Ang Mundo at Mapa

三　课后阅读　Pagbabasa sa Gawain Bahay

Ang Klima sa Pilipinasa

　　Ang klima ay may malaking kaugnayan sa buhay, kalusugan, pag-uugali, at kabuhayan ng mga tao.

　　Ang klima ay pangkaraniwang kundisyon ng panahon sa isang lugar sa loob ng ilang taon.

　　Ang panahon naman ay ang pansamantalang kalagayan ng papawirin sa loob ng isa o higit pang araw. May mga araw na mainit at meron din namang mga araw na maulan.

　　Mayroong dalawang uri ng pangkalahatang klima ng Pilipinas. Ito ay ang tag-init at tag-ulan. Ang panahon ng tag-araw ay mula Pebrero hanggang Mayo. Malamig naman mula Hunyo hanggang Enero. Kung minsan, nag-iiba ang lagay ng panahon na marahil ay dulot na rin ng pag-iiba ng direksyon ng hangin.

　　Madalas daanan ng bagyo ang Pilipinas na nanggagaling sa karagatang Pacific. Ang direksyon ng mga bagyo ay karaniwang pakanluran. Kapag malapit na ito sa Pilipinas, pahilagang-kanluran na ang direksyon nito. Pinangangambahan ang lahat ng bagyo. Ito ay ang walang tigil na pag-ulan na may kasamang pagkidlat at pagkulog kasabay ang malakas na ihip ng hangin. Sanhi ito ng pagkasira ng bahay at ari-arian sa bansa.

　　Ang mga lalawigan ng Bataan, Quezon, Samar, at Leyte ay madalas daanan ng bagyo sapagkat ang mga ito ay nakaharap sa Karagatang

---

① 改编自 Pilipinas, Bayan ko 3，第 53—66 页。

Pacific. Ang Luzon at Visayas ang madalas daanan ng bagyo samantalang ang Mindanao ay di-gaanong binabagyo.

Bakit nag-iiba-iba ang lagay ng panahon sa ating bansa?

Ang pagkakaiba-iba ng mga anyong lupa gaya ng bulubundukin at karagatan sa ating bansa ang sanhi ng pag-iiba-iba ng ating panahon. Nag-iiba ang tindi ng init at ang dami ng ulan sa iba't ibang lugar ng bansa.

Sa mga matataas na lugar tulad ng Baguio, Tagaytay, Quezon, ang klima ay malamig. Salungat sa kapatagan kung saan ang klima ay mainit.

Sa Gitnang Luzon, Metro Manila, at Bicol Peninsula ay mainit ang klima. Tuwing buwan ng Pebrero hanggang kalahati ng Mayo ay tag-init. Hunyo hanggang Oktubre naman ay tag-ulan.

Ang Pilipinas ay may apat na uri ng klima na nararanasan sa iba't ibang panig ng bansa sa magkakaibang buwan ng taon. May mga lugar gaya ng Quezon at Samar, na nakararanas ng tag-ulan mula Novyembre hanggang Enero. May mga lugar naman gaya ng ibang bahagi ng Luzon ang nakakaranas ng mainit na panahon mula Novyembre hanggang Abril. Maulan naman dito mula Hunyo hanggang Oktubre.

May mga pook naman na katamtaman lamang ang init at ulan na nararanasan sa loob ng isang taon. Ilan sa mga pook na ito ay ang Palawan, Masbate, Negros, Cebu, at Panay. May mga pook naman na halos maulan sa buong taon. Sa ibang bahagi naman ng Pilipinas, gaya ng Cagayan, Mountain Province, Timog Luzon, Cebu, at Hilagang Mindanao ay nakararanas ng maikling panahon ng tag-init at hindi gaanong maulan.

Ibinabagay rin ng mga tao sa iba't ibang lugar ang kanilang gawain sa uri ng klimang kanilang nararanasan. May mga gawain na angkop lamang sa tag-ulan at mayroon namang gawain na angkop lamang sa tag-init. Ang kanilang mga pananim ay naka-angkop din sa panahon. May mga pananim na angkop sa tag-ulan ay mayroon din para sa tag-init.

Ang kaalaman sa klima sa lugar na tinitirahan at balak puntahan ay mahalaga upang maiangkop ang mga gawain at kasuotan. Ang impormasyon tungkol sa klima sa bawat lugar ay makikita sa mapang pangklima ng bansa o lugar. Tingnan ang mapang pangklima. Pag-aralan ang pananda para sa klima ng bawat lugar.

Anu-ano naman ang mga bagay na nakakaapekto sa klima? Tingnan ang posisyon ng araw at ng daigdig.

Ang Pilipinas ay nasa bahagi ng mundo na nakatatanggap ng katamtamang sikat ng araw. Kasama rito ang mga bansang Thailand, Malaysia, Indonesia, Myanmar, Timog India, at Sri-Lanka. Ang mga bansang ito ay tulad ng Pilipinas na may klimang *tropical* na ang ibig sabihin ay dalawang uri ng panahon—ang tag-araw at tag-ulan.

Ang mga lugar sa mundo na direktang nasisikatan ng araw ay may mataas o maiinit na temperatura. Ang mga lugar na madalas ulanin ay nakakaapekto rin sa klima ng mga karatig nitong lugar. Ang topograpiya, ang pagiging patag o mabundok na lugar, ay nakakaapekto rin sa klima.

Ang kalagayan ng pandaigdig na kapaligiran ay malaki rin ang epekto sa klima. Dahil sa mabilis na pagkaubos ng mga puno sa kagubatan at pagdami ng *carbon dioxide* sa papawirin ay nagkakaroon ng *global warming* o pag-init ng mundo. Ito rin ang dahilan ng pagkasira ng pandaigdig na klima at sanhi ng malalakas na bagyo na dumarating sa Pilipinas.

Ang pag-init ng mundo ay isa ring dahilan upang matunaw ang mga malalaking tipak ng yelo sa dulong hilaga at timog ng mundo na magbubunga naman ng matinding pagbaha.

Ang Pilipinas ay nasa bahaging *typhoon belt* ng mundo na ang ibig sabihin ay daanan ng bagyo. Ang Karagatang Pacific ay nasa bandang likuran lamang ng Pulo ng Polilio, Quezon kayat isa ito sa madalas madaanan ng bagyo. Ayon sa PAGASA (Philippine Atmospheric Geophysical and Astronomical Services Administration) sa loob ng isang taon, humigit kumulang 19 na bagyo ang dumadaan sa Pilipinas. Sa taong 1997 halos wala pang lima ang bagyong dumaan sa Pilipinas sanhi ng El Niño.

Ang bagyo ay may mga bilang ng babala na siyang kailangan sa tamang paghahanda at pag-iingat ng mga mamamayan. Ang mga babalang ito ay mababasa sa mga pahayagan at maririnig sa radyo at televisyon.

Babala Bilang 1 – Sa pook na may ganitong babala, ang bilis ng hangin na mararanasan ay mula 30 hanggang 60 kilometro bawat oras sa loob ng susunod na 36 na oras.

Babala Bilang 2 – Sa pook na may ganitong bababla, ang bilis ng hangin na mararanasan ay mula 60 hanggang 100 kilometro bawat oras sa loob ng susunod na 24 na oras. Ang mga klase sa elementarya at haiskul ay sinususpinde na.

Babala Bilang 3—Sa pook na may ganitong bababla, ang bilis ng hangin na mararanasan ay mula 100 hanggang 185 kilometro sa bawat oras sa loob ng susunod na 18 oras. Ang mga klase sa kolehiyo ay suspindido na rin. Ang mga tao ay pinapayuhang manatili sa bahay at gawin ang tamang paghahanda o pag-iingat.

Babala Bilang 4—Sa pook na may ganitong bababla, ang bilis ng hangin na mararanasan ay mula 185 kilometro bawat oras sa loob ng susunod na 12 oras. Ang ganito kalakas na bagyo ay nagdudulot ng malaking pinsala sa mga ari-arian at madalas ay kumikitil ng buhay ng mga tao. Ang kaukulang pag-iingat ay kailangang-kailangan.

Aralin 3 Ang Mundo at Mapa

Paano mo paghahandaan ang pagdating ng bagyo?

Tandaan

Ang klima ay may malaking kaugnayan sa buhay, kalusugan, pag-uugali, at kabuhayan ng mga tao.

Ang klima ay pangkaraniwang kundisyon ng panahon sa isang lugar sa loob ng ilang taon.

Ang panahon ay pansamantalang kalagayan ng papawirin sa loob ng isa o higit pang mga araw. May mga araw na mainit at meron din namang mga araw na maulan.

Madalas daanan ng bagyo ang Philipinas na nanggagaling sa Karagatang Pacific.

Mayroon lamang dalawang uri ng pangkalahatang klima ang Pilipinas, ito ay ang tag-init at ang tag-ulan.

Ang pagkakaiba-iba ng mga anyong lupa gaya ng kabundukan at kapatagan sa ating bansa ay sanhi ng pag-iiba-iba ng ating panahon.

Sa mga matataas na lugar, tulad ng Baguio, Tagaytay, at Quezon ang klima ay malamig.

Ibinabagay rin ng mga tao sa iba't ibang lugar ang kanilang gawain sa uri ng klimang kanilang nararanasan.

Ang Pilipinas ay nasa bahaging *typhoon belt* ng mundo na ang ibig sabihin ay daanan ng bagyo.

单词表 Talasalitaan

pansamantala	临时的
papawirin	高空
pangkalahatan	总的

基础菲律宾语（第四册）

nag-iiba	改变
marahil	可能
pakanluran	向西
pinangangambahan	害怕 (r.w. ngamba)
ihip	微风
karatig	临近的
papawirin	高空
matunaw	融化
tipak	大块
suspindido	停课的
pinsala	损失
kumikitil	夺取
kaukulan	关系，联系

练习　Pangkasanayan

Isalin ang mga sumusunod na pangungusap sa wikang Filipino.

1. 根据 PAGASA 的新闻，大约有 20 个台风可能经过菲律宾。
2. 气候经常和人的生活、健康、习俗和生计有很大的关系。
3. 你的衣着适合这个天气么？
4. 全球环境的状况对气候影响很大。
5. 当雨季和旱季来临时，你喜欢做什么？

Aralin 4 Ang Pilipinas at ang mga Katangian Nito

一 课文 Testo[①]

Ang Pilipinas ay bahagi ng mundo na matatagpuan sa mababang latitud. Ito ay may klimang tropical. Dalawa ang uri ng panahon sa bansa, tag-araw, at tag-ulan.

Ang Eksaktong Lokasyon ng Pilipinas

Ang Pilipinas ay matatagpuan sa hilagang hating-globo. Ito'y nasa pagitan ng mga latitud na 4°23'H at 21°25'H at sa pagitan ng mga longhitud na 116°S at 127°S. Nasa kontinente ito ng Asya.

Hanapin sa globo o mapang pandaigdig ang kontinente ng Asya. Saang bahagi ng Asya matatagpuan ang Pilipinas?

Napaliligiran ng katubigan ang Pilipinas. Sa hilagang bahagi ng pilipinas matatagpuan ang Bashi Channel, sa timog nito matatagpuan ang Dagat Celebes, sa kanluran ay matatagpuan ang Dagat Timog China, at sa bahaging silangan naman ay matatagpuan ang malawak na Karagatang Pacific.

Ang Pilipinas ay nasa magandang lokasyon. Noon pa man ito ay naging sentro na ng kalakalan. Nakipagkalakalan sa Pilipinas ang mga

---

① 改编自Pilipinas：Bayan Ko 4，第56—72页。

bansa sa Timog Silangang Asia. Naimpluwensiyahan ang ating kultura ng mga kanluraning bansa, dahil malapit ang mga bansang ito sa Pilipinas.

Ang Pilipinas Bilang Kapuluan

Binubuo ng malalaki at maliliit na pulo ang Pilipinas. Humigit kumulang sa 7000 mga pulo ang bumubuo rito. Ito ang dahilan kaya tinawag itong isang **kapuluan**.

Tinawag din na **Perlas ng Dagat Silangan** ang Pilipinas dahil sagana ito sa mga yamang pangkalikasan na makukuha rito. Noon, tinawag itong "Ophir" ng mga nabigador. Ayon sa kanila ito ang lupaing nagbibigay ng ginto kay Haring Solomon. Tinawag din ng mga Tsino na **Chin-San** ang Pilipinas na ang kahulugan ay **Bundok ng Ginto** mula sa mga lumang dokumento ng China.

Maganda ang lokasyong kinalalagyan ng Pilipinas sa mundo. Ang estratihiko nitong lokasyon ang naging daan upang tawagin itong **Pintuan sa Asya o Gateway to Asia.**

Pahaba ang hugis ng Pilipinas. Ang hugis pahaba at pagiging kapuluan nito ay may magandang epekto sa pagsulong ng bansa. Ang magagandang baybayin at dalampasigan ng bansa ay dinarayo ng mga turista. Maganda rin pagtayuan ng mga daungan ang mahahaba nitong dalampasigan. Ang mga katubigan naman na nakapalibot sa bansa ay makatutulong sa pagpapalamig ng panahon.

Mayroon ding mga suliraning hatid ang pagiging kapuluan ng bansa. Ang pagiging kapuluan ng bansa ay nagdudulot ng mabagal na pagsulong sa mga bumubuong pulo nito.

Anu-ano ang mga hindi magandang dulot ng pagiging kapuluan ng ating bansa?

Aralin 4 Ang Pilipinas at ang mga Katangian Nito

May kabuuang sukat na 300,000 kilometro kwadrado o 30,000,000 ektarya ang lupain ng Pilipinas. Ang Pilipinas ay binubuo ng tatlong malalaking pangkat na pulo. Ang mga ito ay ang **Luzon, Visayas,** at **Mindanao**. Ang Luzon at Mindanao ang dalawang pinakamalaking pulo sa bansa. Tinatayang 70% ng pangkalahatang sukat ng Pilipinas ay binubuo ng dalawang malaking pulo na nabanggit.

Pag-aralan ang talakayan ng 13 pulo sa Pilipinas na may isang libo kilometro kwadrado pataas ang sukat.

13 Pulo	Sukat sa Kilometro Kwadrado
1. Luzon	105,708
2. Mindanao	95,587
3. Samar	13,271
4. Negros	12,699
5. Palawan	11,655
6. Panay	11,520
7. Mindoro	9,826
8. Leyte	7,249
9. Cebu	4,390
10. Bohol	3,975
11. Masbate	3,250
12. Catanduanes	1,461
13. Basilan	1,248

Ang Klima ng Pilipinas

Ang Pilipinas ay nasa mababang latitud. Ito ay may klimang **tropikal** kaya mainit, maulan, at mahalumigmig ang klima dito.

Hindi lahat na bahagi ng Pilipinas ay nakararanas ng pare-parehong klima sa buong taon. May mga lugar sa bansa na magkaiba ng klimang nararanasan. Alam mo ba ang dahilan kung bakit ganito?

Karamihan sa mga lugar sa bansa ay mainit tulad ng mga nasa mababang lugar ngunit kaiba ang temperatura ng mga pook sa mataas na lugar dahil malamig at mababa ang temperatura. Ang mga lugar na nasa mataas na altitud tulad ng mga lungsod ng Baguio at Tagaytay ay nakararanas ng malamig at mababang temperatura. Nakakaapekto rin sa temperatura ang mga katubigan na nakabungad sa mga pook dahil malamig at mababa ang temperatura sanhi ng hanging nagmumula sa dagat o tubigan.

Sa mga lalawigang bulubundukin sa buong bansa, tulad ng Gitnang Cordillera sa hilagang bahagi ng Pilipinas, ay nakararanas ng pinakamalamig na temperatura. Mabundok ang mga lugar na ito kung ihahambing sa ibang lugar sa Pilipinas.

Nakapunta ka na ba sa isa sa mga mataas ma pook sa Pilipinas tulad ng Lungsod ng Baguio at sa mababang lugar sa bansa tulad ng Kalakhang Maynila? May pagkakaiba ba sa temperatura ng dalawang lugar? Aling lugar ang higit na mainit? Aling lugar ang higit na malamig?

Madali nating maramdaman ang kaibhan ng temperatura batay sa topograpiya ng isang lugar. Halimbawa nasa Lungsod ng Baguio tayo, nararamdaman natin ang lamig ng panahon. Kapag bumaba na tayo pabalik sa kapatagan ay unti-unti nating nararamdaman na papainit nang papainit ang panahon.

Ano ang nahihinula mo sa mga pahayag na ito? Malaki ba ang kaugnayan ng topograpiya o kababaan o kataasan ng isang lugar sa pagbabago ng temperatura o panahon?

Nararanasan sa bansa ang pinakamalamig ng buwan tuwing Enero na bumababa sa 15.5°C. Pinakamainit naman sa maraming bahagi sa

Aralin 4 Ang Pilipinas at ang mga Katangian Nito

Pilipinas sa buwan ng Mayo na tumataas hanggang 32°C. Samantala ang katamtamang temperatura ay umaabot ng 27°C.

Hangin

Nagmumula sa iba't ibang direksyon ang hangin sa Pilipinas. May tatlong uri ng hangin sa bansa. **Hanging balaklaot, hanging habagat,** at **hanging amihan.**

Ang **hanging balaklaot** o hanging hilaga (tradewinds) ay nagmumula sa hilagang-kanluran ng bansa.

Ang **hanging habagat** ay nagmumula sa timog-kanlurang bahagi ng Pilipinas mula Mayo hanggang Setyembre. Nagdadala ito ng malakas na ulan sa bansa.

Ang **hanging Amihan** ay nanggagaling sa hilagang-silangan ng bansa. Nagdadala ito ng pinakamalamig na hangin at ulan mula Disyembre hanggang Enero.

Apat na Uri ng Klima Batay sa Distribusyon ng Ulan

May epekto ang distribusyon o dami ng ulan na bumabagsak sa Pilipinas sa klima nito.

May iba't ibang uri ng klima sa bansa batay sa dami ng ulan na natatanggap ng isang lugar sa buong taon.

Pag-aralan ang Mapa ng Klima ng Pilipinas at tukuyin ang uri ng klima na natatanggap ng bawat lugar sa iba't ibang panig ng bansa.

Unang Uri

Mayroon dalawang panahon, ang tag-araw at tag-ulan. Tag-araw mula Disyembre hanggang Mayo at tag-ulan tuwing buwan ng Hunyo hanggang Novyembre. Ang ganitong uri ng klima ay nararanasan sa kanlurang bahagi ng Luzon, Palawan, Panay, Negros, at Mindoro.

Ikalawang Uri

Ang panahon ng tag-araw o tag-tuyo ay hindi tiyak dahil maulan sa buong taon. Tuwing buwan ng Novyembre hanggang Enero ay malakas ang pag-ulan. Ang ganitong uri ng klima ay mararanasan sa Catanduanes, Albay, Camarines Norte, Camarines Sur, Sorsogon, Silangang bahagi ng Albay, at ang bahagi ng Silangang Mindoro. Ang mga lugar na nabanggit ay nakalantad sa malalakas na hangin na kadalasang may dalang bagyo dahil malapit ang mga ito sa silangang baybayin.

Ikatlong Uri

Mahaba ang panahon ng tag-ulan kaysa panahon ng tag-araw. Nararanasan ang tag-araw sa loob ng maikling panahon lamang. Ito ang klimang nararanasan sa kanlurang bahagi ng Cagayan Valley, Isabela, Nueva Vizcaya, Silangang Negros, Katimugang Cebu, Hilagang Mindanao, at ng bahaging Silangang Palawan.

Ikaapat na Uri

Pantay ang ulan na tinatanggap ng mga lugar na ganito ang uri ng klima. Nararanasan ang ganitong klima sa Batanes, Mindoro, Bohol, Marinduque, Kanlurang Leyte, Hilagang Cebu, Albay, Bontoc, at katimugang bahagi ng Mindanao.

Mapapansin natin sa Mapang Pangklima ang pagkakaiba ng distribusyon ng ulan sa iba't ibang dako ng bansa dahil sa halumigmig na dala ng hangin at kinaroroonan ng mga bundok at bulubundukin na

Aralin 4 Ang Pilipinas at ang mga Katangian Nito

nakaharang sa hanging may dala ng ulan.

Bagyo

Madalas daanan ng bagyo ang Pilipinas dahil sa lokasyon nito. Sadyang nasa landas ng daanan ng bagyo ang ating bansa. Karamihan ng mga bagyong dumaraan sa Pilipinas ay galing sa Karagatang Pacific. Madalas ang pagbagyo sa ating bansa mula Mayo hanggang Novyembre. Ayon sa PAGASA (*Philippine Atmospheric, Geophysical, and Astronomical Services Administration*) mahigit kumulang sa dalawampung bagyo ang dumaraan sa bansa sa loob ng isang taon.

Mapaminsala ang malakas na bagyo sa mga lugar na dinaraanan nito. May mga bagyo na mahina ang dalang hangin at hindi malalakas ang pag-ulan. Ngunit kadalasan malakas ang hanging dala nito at malakas din ang buhos ng ulan. May mga bagyong lumilihis sa mga lugar na inaasahang daraanan nito. May mga pagkakataon din na ang bagyong lumabas na sa bansa ay bumabalik muli.

Sa ganitong pagkakataon, kailangan ang pag-iingat at paghahanda. Kailangan din ang wastong pagsubaybay sa taya ng panahon at gawin ang mga nararapat upang makaiwas sa anumang panganib na dulot ng masamang panahon.

Ang PAGASA ang nagbibigay ng babala tungkol sa lagay ng bagyo. Alam mo ba ang apat na babala na ginagamit ng PAGASA kapag may bagyo?

Ang Klima at ang Uri ng Halaman

Malaki ang kaugnayan ng klima sa uri ng mg pananim na nabubuhay sa iba't ibang anyo ng lupa sa bansa. Ang pagkakaiba-iba ng klima sa iba't ibang dako ng bansa ang naging dahilan upang iangkop ng mga tao ang uri ng mga pananim sa mga lupang sakahan ng bansa.

Sa mga lugar na madalas daanan ng bagyo, tulad ng lalawigan ng Batanes, karaniwang itinatanim ang mga halamang hindi nasisira ng bagyo, tulad ng mga halamang-ugat. Sibuyas at bawang ang mga pangunahing produktong agricultural dito.

Mainam namang itanim ang *strawberry* at mga gulay na repolyo, petsay, sitsaro at kamatis, sa mga lugar na malamig ang klima sa buong taon, tulad ng Tagaytay at Lalawigang Bulubundukin. Ang Lambak ng Trinidad ay tinaguring *Salad Bowl of the Philippines* dahil matatagpuan dito ang iba' ibang uri ng gulay. Dito rin matatagpuan ang malawak na taniman ng *strawberry*.

Sa katimugang bahagi ng Luzon ay angkop ang mga pananim na tubo, niyog, palay, pinya, mais ,at monggo, dahil mataba ang lupain dito. Kilala ang Cebu, Zambales, at Bataan sa produktong mangga dahil angkop ang ganitong uri ng pananim sa klima ng mga ito. Sa Mindanao itinatanim ang Marang at durian, samantalang ang lanzones ay itinatanim sa Laguna at Camiguin. Ang dalanghita naman ay sa Ilocos at Batangas.

Mga Punungkahoy

May iba' ibang uri ng punungkahoy sa buong kapuluan. Kabilang sa magaganda, matitibay, at matitigas na uri ng punungkahoy ang nara, apitong, kamagong, lawaan, ipil, yakal, tangile, guyo, at mayapis. Ang malawak na kakahuyan sa Pilipinas ay matatagpuan sa Palawan, Bukidnon, Lanao, Davao, Cotabato, at Lalawigang Bulubundukin. Isa ring uri ng punong kahoy ang molave na tumutubo sa pagitan ng mga matataas na punong nabanggit. Hindi gaanong mataas ang punong ito.

Marami ring kawayan at yantok sa bansa. Sa mga malulumot at basang puno sa kagubatan ay karaniwang kumakapit ang mga orkid at mga pako o *fern*.

Mayroon ding mga puno na nabubuhay sa tabing-dagat at sa mga baybayin, tulad ng talisay, agoho, at dapdap. Tumutubo naman sa mga latian ang mga bakawan, nipa, at mga baging.

Mahalaga ang mga puno sa kagubatan dahil ang mga ito ay pinanggagalingan ng iba't ibang produkto, tulad ng goma-para sa paggawa ng sapatos, tsinelas, at gulong ng mga sasakyan.

Nakakakuha rin tayo ng tabla at troso sa mga puno. Ginagamit ang mga ito sa paggawa ng bahay. Ginagawa ring uling at panggatong ang mga kahoy. Pinagkukunan ng resin at gamot ang almaciga, at ang ibang puno naman ay pinagkukunan ng langis na ibihahalo sa paggawa ng pintura. Nanggagaling din sa puno ang papel, maging ang ilang tela ng damit.

Malaki ang naitutulong ng punong niyog sa bansa. Ang punong niyog ay tinatawag na "tree of life" dahil lahat ng bahagi nito ay napapakinabangan. Ang katawan nito ay ginagawang coco lumber, ang tingting nito ay ginagawang walis, ang bao naman nito ang ginagawang butones, bag, at iba pa. Mahalaga ang bunga nito, dahil ginagawa itong kopra na pinanggagalingan ng langis. Masarap ding gawing salad ang buko at ginagawa namang juice ang sabaw nito. Pinanggagalingan din ang puno ng niyog ng tuba na ginagawang lambanog.

Matatagpuan ang malawak na taniman ng niyog sa Bicol, Laguna, Quezon, Zamboanga del Sur, at Davao. Tinagurian ding **Rehiyon ng Niyog sa Pilipinas** ang Katimugang Luzon dahil pangunahing produkto rito ang niyog. Anu-ano ang mga lalawigang bumubuo sa Katimugang

Luzon?

Sa kasalukuyan, nagtakda ng batas at alituntunin ang pamahalaan sa pangangasiwa ng Kagawaran ng Kapaligiran at Likas na Kayamanan upang mapangalagaan ang kapaligiran at mga likas na yaman ng bansa sa pamamagitan ng mga hakbangin at mga proyektong ipinapatupad. Ano ang mangyayari kung kakalbuhin nation ang mga kagubatan? Saan titira ang mga hayop kung kalbo na ang mga kabundukan?

二 单词表 Talasalitaan

eksakto	确切
nakipagkalakalan	（相互）贸易
naimpluwensiyahan	受影响
nabigador	航海家
kinalalagyan	位于，座落
estratihiko	战略性的
daungan	港口，锚地
suliranin	难题
hatid	陪同，伴随
talakayan	议题
mahalumigmig	潮湿的
nararanasan	经历，经受
lalawigans bulubundukin	山地省（北吕宋旧行政划区之一）
kalakhang Maynila	大马尼拉
nahihinula	猜测，认为
topograpiya	地形
balaklaot	雨季

Aralin 4 Ang Pilipinas at ang mga Katangian Nito

habagat	西南季风
amihan	微风
kadalasan	频繁，反复，经常
halumigmig	湿度
kinaroroonan	位置，方位
nakaharang	阻碍
landas	路径
mapaminsala	使惨重
buhos	水流
lumilihis	偏离
pagsubaybay	监控
taya	赌注，预测
babala	警报
ianglcop	适应
lambanog	一种椰子酒
yantok	藤本植物
resin	树脂
almaciga	乳香胶

三 注释 Tala

1. Ophir，即俄斐，意指《旧的·列王记》中的盛产黄金和宝石之地。Haring Solomon，指《圣经》中的所罗门国王。
2. Chin-San，汉语"金山"的译音。

四 练习 Pangkasanayan

Magsulat ng isang maikling artikulo upang sagutin ang sumunod na tanong: Sa palagay mo, alin sa mga katangian ng Pilipinas at ng mga Filipino ay pinakamakabuluhan sa bansang ito? at Bakit?

五 课后阅读 Pagbabasa sa Gawain Bahay

Iba Pang Uri ng Halaman[①]

Bukod sa mga naunang nabanggit na mga punong kahoy na pinagkukunan ng frutas, sagana rin ang bansa sa iba pang uri ng halaman. Matatagpuan sa bansa ang mga tropikal na halamang nagbibigay ng prutas tulad ng langka, rambutan, atis, chico, santol, saging, ar marami pang iba.

Sagana rin ang bansa sa mga halamang namumulaklak. Humigit-kumulang sa 10,000 ang uri ang halamang ito. Marami rin sa bansa ang mga orkid at ang magangdang uri nito ay ang **Waling-Waling**. Ilan lamang sa mga halamang namumulaklak ang rosas, santan, gumamela, kamya, cadena de amor, dama de noche, at everlasting. Kilala ang sampaguita bilang pambansang bulaklak.

Marami ring mga likas na halaman ang itinatanim sa bakuran. Ang mga ito ay tinawag na **halamang gamot** dahil ginagamit ang mga ito sa pagpapagaling sa iba' ibang uri ng karamdaman. Ang iba pang halamang gamot ay itinatanim sa mga paso tulad ng oregano, mansanilya, sabila, at

---

① 改编自 Pilipinas: Bayan Ko 4, 第 56—72 页。

katakataka.

Anu-ano pa ang mga halamang gamot na alam mo?

Ang klima at ang mga Hayop

Maraming hayop ang matatagpuan sa Pilipinas. Angkop ang klima at kapaligiran nito sa paninirahan ng mga hayop. Sagana sa mga damo ang kalupaan sa bansa at angkop pa ring pastulan ng mga baka, kambing, kabayo, at kalabaw.

Kilala ang kalabaw sa ating bansa bilang pambansang hayop. Katulong ng magsasaka ang kalabaw sa pag-aararo sa bukid. Mayroon din tayong aso, pusa, baboy, manok, pato, itik, pabo, at marami pang iba.

Tanyag ang **tamaraw** na matatagpuan sa Mindoro. Kahawig nito ang kalabaw, ngunit ito ay may mas maliit at maikling sungay. Dito sa bansa matatagpuan ang piankamaliit na unggoy sa buong mundo. Anim na pulgada lamang ang haba nito, may malaking mata at nakakapit sa sanga ng mga punungkahoy. Ito ang **boot** o **tarsier**. Makikita ito sa kagubatan ng Bohol. Matatagpuan naman sa Palawan ang **pilandok** o **mouse deer**. Ito ay katulad ng maliit na usa ngunit mas mukhang daga.

Marami ring mga ibon ang nakatira sa kagubatan ng Pilipinas. Isa sa pinakatanyag ay ang **Philippine Eagle** ang pambansang ibon ng Pilipinas. Unti-unti na itong nauubos kay pinararami uli ito. May mga ahensiyang nangangalaga sa agila upang maparami ang lahi. Isa na ang **Haribon Society** na nasa Davao. Ang Philippine Eagle ay matatagpuan sa Samar, Leyte, Mindanao, at Sierra Madre.

Kilala rin ang **ibong maya** na dating pambansang ibon. Maraming uri ng loro o parrot sa bansa. Ang mga ito ay natuturuang magsalita. Ang iba pang ibon ay ang mga **tikling, pugo, kalapati, kwago, kalaw**, at marami pang iba.

Matatagpuan din sa Turtle Island ang **pawikan**. Marami rin nito sa Mindoro, Batangas, Sulu, Samar, at ang iba ay namumugad sa ilang dalampasigan na makikita sa palayan, sapa, at mga latian ng bansa.

Sa ating mga dagat ay matatagpuan naman ang iba't ibang uri ng isda. Mahigit sa 2,000 ang uri ng isda sa Pilipinas. May mga isda na nabubuhay sa tubig tabang at tubig maalat. Sa mga dagat ay naroroon ang sari-saring isda, tulad ng galunggong, dalagang bukid, lapu-lapu, tuna ,dilis, hasa-hasa, tanige, at iba pa. Sa tubig-tabang tulad sa mga ilog, lawa, sapa ,at mga latian ay nabubuhay ang mga hito, dalag, at tilapia.

Tanyag ang **bangus** sa Pilipinas. Ito ang ating pambansang isda. Ang **Whale Shark** o **Bulik** ang pinakamalaking isda sa bansa. Ito ay may bahang 50 talampakan o mas higit pa. Pinakamaliit naman sa mga isda ang **Pandaka Pygmea.** Ang katamtamang haba nito ay 9.66 mm. Pumapangalawa sa pinakamaliit na isda sa Pilipinas ang **Sinarapan**. Ito'y natuklasan noong 1902 sa Lawa ng Buhi, Camarines Sur. Mas Malaki ito ng 3 millimeter sa Pandaka Pygmea.

Nakukuha rin sa dagat at lawa ang mga suso, tulya, at kabibe. Ang "Pearl of Allah" ay natagpuan sa Dagat Palawan. Ito ang tinuturing na pinakamalaking perlas sa daigdig na natagpuan ng isang Pilipinong Muslim noong 1934.

Nanggagaling din sa mga tubigan ang mga alimango, hipon, korales, at mga halamang dagat.

Ang pinakamasaganang pangisdaan sa bansa ay sa Dagat Visayas, Dagat Kanlurang Cebu, Look ng Lamon, Dagat ng Samar, Dagat ng Bohol, Golpo ng Leyte, at Look ng Tayabas.

Aralin 4 Ang Pilipinas at ang mga Katangian Nito

Ang malaking bahagi ng kita ng bansa ay nanggagaling sa pangingisda. Nararapat lamang na pangalagaan at pangasiwaan nang tama ang mga yamang tubig ng bansa upang hindi ito maubos.

Aralin 5　Ang Pilipinas sa Pagdating ng mga Dayuhang Mananakop

一　课文　Testo[①]

Ang Unang Kalakalan ng Europa at Pulong Silangan

　　Tanyag ang Asia sa mga taga-Europa simula pa noong unang panahon. Sa Asia nanggagaling ang mga pampalasa sa pagkain tulad ng luya at iba pang mga produkto. Ang mga produkong ito ay mabiling-mabili sa Europa dahil kulang sila sa kaalaman sa paggawa ng mga ito. Ang mga Europeo ay nakadaan sa tatlong ruta lamang patungong Asia. Sila ang madalas na nakakukuha ng maraming mga produkto na madalas ibenta sa Constantinople na ngayon ay Istanbul sa Turkey. Sikat na sentro ito ng kalakal noong unang panahon.

　　Noong ika-labinlimang dantaon, sinakop ng mga Turkong Muslim ang Constantinople at isinara ang mga rutang papuntang Asia at Constantinople. Ang tanging pinahintulutan na makadaan ay ang mga mangangalakal na taga-Venice(Italya). Ang lahat ng kalakal na nagmumula sa Asia ay napunta sa kapangyarihan ng mga taga-Venice.

　　Dahil sa mga monopolyong naganap, gumawa ng paraan ang Portugal at Spain na maghanap ng ibang daan patungong Silangan upang makipagkalakalan sa Asia at marating ang lugar. Unang naglayag ang

---

① 改编自Pilipinas：Bayan ko 4，第255—267页。

Aralin 5 Ang Pilipinas sa Pagdating ng mga Dayuhang Mananakop

mga Portuges sa mga Español. Nakatuklas sila ng isang lupain noong 1521, ito ang pulo ng Moluccas na tinawag na Spice Island.

Ang Pagdating ni Magellan at mga Español

Ipinahatid ni Ferdinand Magellan ang kanyang pakay sa hari ng Spain na si Haring Carlos I, sa tulong ni Don Juan de Aranda, na gusto niyang makatuklas ng panibagong ruta patungong Moluccas na pagkukunan ng mga panimpla sa pagkain. Sinabi niya na mararating ang silangan sa pamamagitan ng daang pakanluran. Napaniwala niya ang hari ng Spain. Nagkaroon ng kasunduan ang dalawa. Binigyan si Magellan ng limang barko at 270 tauhan. Ang mga ito ay ang barkong Trinidad, Victoria, San Antonio, Concepcion, at Santiago. Umalis ang grupo sa Spain noong ika-20 ng Setyembre 1519.

Kabilang sa pangkat ni Magellan si Antonio Pigafetta. Siya ang nakapagtala ng mga detalye sa paglalakbay.

Pagkalipas ng apat na buwang paglalakbay sa karagatan ay tinawid nila ang Karagatang Pacific. Hindi sila nakarating sa Spice Island. Napalayo sila rito dahil nagkamali si Magellan ng pagkalkula ng layo ng Pacific.

Sa halip na marating ang Moluccas o Spice Island ay narating nila ang Homonhon noong Marso 16, 1521. Ang Homonhon ay isang pulo sa Samar. Kafyestahan noon ni San Lazaro nang dumaong sila sa lugar. Tinawag nila ang lugar na Archipelago ni San Lazaro. Tinanggap ng mga katutubo ang mga Español. Binigyan nila ang mga ito ng isda, saging, niyog, at alak. Sinuklian naman ito ng mga Español ng mga bagay tulad ng salamin, sumbrero, suklay, at iba pa.

Pagkalipas ng dalawang linggo, isang misa ang idinaos ni Padre

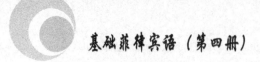

Pedro de Valderama na ginanap sa Masao, Butuan noong Marso 31, 1521.

Isang krus na kahoy ang itinusok ni Magellan sa isang bundok. Ang krus na kahoy ay nakaharap sa dagat tanda ng tagumpay ni Magellan ng pagsakop niya sa Pilipinas para sa bansang Spain.

Ang Limasawa noong ay isang patag at bulubunduking lugar na pinaghaharian ni Raha Kolambu. Naganap sa limasawa ang sanduguan nina Magallanes at Raha Kolambu tanda ng kanilang pagkakaibigan. Ito ang kauna-uanhang sanduguan na naganap sa bansa.

Nabalitaan ni Magellan ang tungkol sa yaman ng mga kalapit na pulo kaya naglayag sila patungong Cebu sa tulong ng gabay ni Raha Kolambu. Malugod na tinanggap sila ng grupo ni Raha Humabon, ang pinuno ng Cebu. Nag-umpisa ang pagkakaibigan nina Magellan at Raha Humabon pagkatapos ng kanilang pagsasanduguan. Naglagay rin ng malaking krus si Magellan at nagsagawa ng isang misa. Pagkatapos, bininyagan si Raha Humabon sa pangalang Carlos at ang kanyang asawa sa pangalang Huana. Bininyagan din ang 800 katutubo sa Cebu. Ito ang naging hudyat ng paglaganap ng Kristiyanismo sa ating bansa.

Bilang kapalit sa kabutihang ipinakita ni Raha Humabon, binigyan ni Magellan si Juana ng imahen ng Santo Nino na may taas na 30 sentimetro.

Sa kasalukuyan, ang Santo Nino ang mahal na patron ng Cebu.

Ang imahen na ito ay makikita ngayon sa Basilica Minore Del Santo Nino sa Cebu na dating San Agustin Church.

Ang Labanan sa Pulo ng Mactan

Inakala ni Magellan na makakasundo niya si Lapu-Lapu, ang pinuno ng Mactan kaya nagpadala siya ng sugo. Nais niyang makipagsanduguan

Aralin 5 Ang Pilipinas sa Pagdating ng mga Dayuhang Mananakop

kay Lapu-Lapu si Magellan. Nagkaroon ng labanan ang magkabilang panig. Nasugatan si Magellan sa paa. Nakita ng mga taga-Mactan ang nangyari kaya sinugod siya at pinatay. Tumakas ang mga Español sakay ng mga barko at iniwan ang Pilipinas.

Isang barko lang ang nakabalik sa Spain. Ito ang barkong Victoria na pinamunuan ni Sebastian del Cano. Ang rutang kanilang tinahak ay mula sa Mindanao, Sulu, Timor, at Cape of Good Hope.

Dumating ang barkong Victoria sa Spain noong ika-6 ng Setyembre 1522. Bagamat bigo sa kanilang layunin, masasabi na rin na sila ang kauna-unahang manlalakbay na lumigid sa mundo sa pamamagitan ng paglalakbay.

Ang Sumunod na Ekspedisyon

Nang bumalik ang grupo nina Sebastian del Cano sa Spain, ibinalita niya sa mga taga-Spain ang kagandahan at kasaganaan ng kayamanan ng Pilipinas. Dahil dito, muling nagpadala ang hari ng Spain ng iba pang ekspedisyon sa Asia.

Dumating sa Pilipinas ang isang ekspedisyon na pinamunuan ni Roy Lopez de Villalobos noong 1542. Wala siyang naitatag na pamayanan sa kapuluan ngunit binigyan niya ng pangalang Felipinas ang Samar at Leyte bilang parangal kay Prinsipe Felipe. Si Prinsipe Felipe ay sumunod na naging hari ng Spain. Muli siyang nagpasya na magpadala ng bagong ekspedisyon sa Pilipinas. Noong Novyembre 21, 1564, umalis sa Mexico ang ekspedisyong pinamunuan ni Miguel Lopez de Legaspi. Malakas ang puwersa ng grupo ni Legaspi. Nakipagkaibigan si Legaspi sa mga katutubo hanggang magkaroon ng sanduguan sina Legaspi at si Raha Sikatuna, ang pinuno ng Bohol bilang tanda ng pagkakaibigan. Ito ang itinuturing na *First International Friendship* ng bansa.

Hindi nagtagal ay narating ni Legazpi ang Cebu. Si Legazpi ang kauna-unahang Gobernador Heneral ng Pilipinas bilang sugo ng hari ng Spain. Nagtatag siya rito ng unang pamayanang sa Pilipinas. Tinawag ni Legazpi ang Cebu na "*Lungsod ng Kabanal-banalang Ngalan ni Hesus.*"

Tumuloy si Legazpi at ang kanyang mga tauhan sa Panay. Nasakop nila ito noong 1569 at sumunod pang nasakop ang pulo ng Visayas. Nabalitaan ni Legazpi ang tungkol sa Maynila kaya ipinadala niya ang kanyang apo na si Kapitan Juan de Salcedo at Martin de Goiti na kanyang marshall upang mapasailalim sa kanilang mga kamay ang kaharian ng mga Muslim na pinamumunuan ni Raha Lakandula at ang pamangkin nitong si Raha Sulayman. Tumangging pasakop ang mga pinuno ng Maynila hanggang nakipaglaban sila sa mga Español.

Noong Hunyo 24, 1571, itinatag ni Legazpi ang Maynila bilang kabisera ng Pilipinas dahil sa maganda nitong kinalalagyan. Mayroon itong daungan ng barko at sentro ng kalakalan. Dahil dito, tinawag niya itong *"Kagalang-galangan at Tapat na Lunsod."*

Taun-taon ipinagdiriwang ng mga taga-Maynila ang Hunyo 24 bilang Araw ng Maynila.

Mabilis ang pananakop ng Español sa ibang bahagi ng Luzon, sa mga pulo ng Visayas at ang Hilagang Mindanao. Sa loob ng 333 taong pananakop ay nagkaroon ng maraming pagbabago sa pamumuhay ng mga Pilipino. Hindi naging madali para sa mga Pilipino ang mga pagbabagong ito. Nagdulot pa ito ng kasawian sa mga Pilipino at paghihimagsik laban sa mga dayuhang Español.

Aralin 5   Ang Pilipinas sa Pagdating ng mga Dayuhang Mananakop

Epekto ng Pananakop ng mga Español

Sa loob ng 333 taong pananakop ng mga Español ay marami silang naiturong pagbabago sa ating pamumuhay at katutubong kultura.

Anu-ano ang naging impluwensiya ng mga Español sa katutubong kultura?

Relihiyon

Ang pagpapalaganap ng bagong relihiyon ay naging madali sa mga Español. Kristiyanismo ang pinakamahalagang impluwensiya ng mga Español sa ating kultura. Maraming tao sa mga lugar ang naging Kristiyano ngunit mayroon ding hindi nabigyan ng pagkakataon na maging Kristiyano dahil malayo ang lugar at mahirap puntahan tulad ng mga Muslim sa Mindanao, pangkat etniko sa kabundukan ng Luzon, Mindoro, at Palawan.

Malaki ang naging papel ng mga prayle at mga misyonero sa pagpapalaganap ng Kristiyanismo. Napag-ugnay nila ang mga ritwal ng Kristiyanismo sa mga ritwal ng katutubo. Ang bagong relihiyon ay nagdulot ng maraming mabubuting bagay. Nagkaroon ng matibay na pananampalataya ang mga tao sa aral ng Panginoon. Bininyagan ang mga Pilipino at nagkaroon ng mga apelyidong Español tulad ng Lamadrid, Santos, Cruz, Reyes, at iba pa.

Natutunan ng mga Pilipino ang mga kaugaliang panrelihiyon tulad ng pagdiriwang ng fyesta bilang parangal at pasasalamat sa santong patron ng bawat lugar. Naging bahagi na sa kafyestahan na maghanda ng pagkain at parada ng mga banda. Natutunan din ng mga Pilipino ang pagpuprusisyon, pagnonobena, at pagrorosaryo.

Ang lubos na paniniwala ng mga katutubo sa tulong ng Panginoon ay nagdulot ng hindi maganda sa ilan dahil karamihan sa kanila ay hindi na kumilos at nagsikap upang maiangat ang kanilang buhay. Ipinasa-Diyos na lang nila ang kanilang kapalaran.

Pananamit

Nagkaroon ng pagbabago sa kasuotan ang mga katutubo. Natutunan ng mga babae ang magsuot ng Maria Clara. Natuto rin silang gumamit ng alampay o panwelo. Naging bahagi rin sa kasuotang pambabae ang pagsusuot ng medyas, sapatos, at payneta.

Ang mga lalaki naman ay natutunan ang pagsuot ng pantalon at Amerikana, sumbrero, at nauso rin isuot ang barong Tagalog.

Pagkain

Ang mga pagkaing Español ay tinangkilik ng mga Pilipino. Natutunan ng mga Pilipino ang pagluluto ng pochero, menudo, torta, escabeche, relleno, asado, kaldereta, estofado, lechon, adobo, at sancucha. Nadagdagan din ang mga pagkain tulad ng atsara, tinapay, tsokolate, sardinas, at longganisa.

Ang paggamit ng kutsara, tinidor, kutsilyo, pinggan, at serbilyeta sa hapag kainan ay itinuro rin ng mga Español. Dinala rin ng mga Español sa bansa ang repolyo, mais, tsiko, papaya, at kasoy.

Istilo ng Bahay at Simbahan

Ang bahay na gawa sa bato at matitibay na kahoy na may asotea ay ipinakilala ng mga Español. Sa asotea nagpapahinga at nagpapahangin ang mga kasapi ng pamilya kapag maalinsangan ang panahon. Dungawan din ito kapag dumaraan ang prusisyon sa kalsada.

May mga bahay din na may malalaking bintana upang makapasok sa loob ng bahay ang hangin.

Makikita rin sa istilo ng mga simbahan ang arkitekturang Español na mula pa sa Europa tulad ng *gothic, Corinthian, Doric,* at *baroque.*

Edukasyon

Malaki ang pagbabago sa sistema ng edukasyon sa bansa. Nagkaroon ng mga paaralang parokya na pinamumunuan ng mga prayle. Matataas lamang na antas ng lipunan ang nakapag-aaral dito. Sila ay tinawag na principalia. Kakaunti lamang ang mga Pilipinong kabilang dito. Dito tinuruan ang mga mag-aaral ng tungkol sa relihiyon, musika, pagbasa, pagsulat, at ng wikang Español.

Malaki ang pagkakaiba ng Pilipinong mayaman at mahirap. Ang mayayamang mestiso ay natuto ng wikang Español at ang mahihirap naman ay gumamit ng katutubong wika dahil hindi sila nakapag-aral sa paaralang mayaman.

Nagtatag din ang mga Español ng mga paaralang pangsekondarya at pangkolehiyo. Kabilang sa kolehiyong panlalaki ay ang Kolehiyo ng San Ignacio na itinatag noong 1589 sa Maynila.

Kabilang naman sa paaralang pambabae ang Kolehiyo ng Santa Potenciana at Kolehiyo ng Santa Isabel. Noong 1595 ay itinatag ang kauna-unahang pamantasan sa bansa, ito ang Pamantasan ng San Carlos sa Cebu. Itinatag naman sa Maynila ang Unibersidad ng Santo Tomas noong 1611.

Nagkaroon din ng pagkakataon ang mga mayayamang Pilipino na pumunta sa España at sa Europa upang makapag-aral at magpakadalubhasa. Ibinahagi nila sa kapwa Pilipino ang mga makabagong kaalaman upang mapayaman ang katutubong kultura at magising ang makabayang damdamin ng mga Pilipino.

Panitikan

Ang mga panitikang panrelihiyon ay naging bahagi ng kulturang Pilipino. Ang mga ito ay ginamit upang palaganapin ang Kristiyanismo. Karaniwan na lumalabas noon ang cenaculo, moro-moro, comedia, corrido, at awit. Ang pagsasadula ng paghihirap ni Kristo nang paawit ay tinawag na cenaculo. Sa kasalukuyang panahon, ito ay isinasagawa sa entablado tuwing Mahal na Araw. Ang pagtutunggali ng mga Muslim at Kristiyano ay inilalarawan naman sa comedia at moro-moro. Ang halimbawa naman ng awit ay ang Florante at Laura ni Francisco Balagtas.

Nakilala rin ang mga dulang tulad ng sarswela at ang mga kwento ng pag-ibig at kababalaghan. Ang sarswela noon ay itinatanghal sa Teatro Comico sa Intramuros. Ito ang kauna-unahang tanghalan ng bansa.

Musika, Sayaw, at Paraan ng Paglilibang

Ilan sa mga instrumentong pangmusika na ipinakilala ng mga Español ay ang piyano, alpa, biyulin, at bandurya.

Tanyag din ang organong kawayan na nasa St. Joseph Church sa Las Piñas, Metro Manila. Isang paring Español na si Padre Diego Cerra ang nagpagawa nito noong 1821.

Natutunan din ng mga Pilipino ang mga sayaw na Español. Kabilang dito ang mga fandango, rigodon, jota, at habanera.

Ang paraan naman ng paglilibang noon ay tulad ng pagtaya sa mga loterya, karera, at sabong. Ipinakilala rin ang paglalaro ng baraha at mga larong tulad ng patintero, at juego de prenda, at juego de anillo.

Aralin 5 Ang Pilipinas sa Pagdating ng mga Dayuhang Mananakop

Ibang pang Impluwensiya ng Español

Mayroon ding hindi kanais-nais na mga impluwensiya ng mga Español na hanggang ngayon ay bahagi pa rin ng pamumuhay ng ilan sa mga Pilipino, tulad ng pagtaya sa karera ng kabayo at sabong. Nakuha rin sa mga Español ang mañana habit. Kapag may ginagawa tayong maaari namang tapusin ngayon ay naging kagawian na ang ipagpabukas pa ang paggawa. Kabilang din sa manana habit ang pagpahinga Pilipino rin ang mahilig gumasta nang malaki para sa pagkain tuwing fyesta kahit pa inutang ang pera makapaghanda lamang para sa mga bisita.

Sa mahabang panahong nananakop ang mga Español sa ating bansa ay nagdulot ito ng malaking pagbabago sa ating kultura. Sa kabila ng lahat ang kinagisnang kultura ng mga Pilipino ay hindi rin kinalimutan, ang mga ito ay pinanatili at pinagyaman pa. Ang magagandang impluwensya ng mga Español na angkop sa ating kultura ay dapat na panatilihin at pagyamanin.

二 单词表 Talasalitaan

luya	生姜
Europeo	欧洲人
mabiling-mabili	热卖
ruta	路线
dantaon	世纪
Turko	土耳其人
pinahintulutan	被允许，许可
mangangalakal	商人
nakatuklas	发现
pakay	目的，使命

基础菲律宾语（第四册）

panibagong	更新的
panimpla	香料 (r.w.timpla)
pagkalkula	计算 (r.w.kalkula)
dumaong	停泊
sinuklian	交易
itinusok	插、刺
pagsakop	占领
sanduguan	条约 (r.w.sandog)
malugod	快乐地
nag-umpisa	开始
hudyat	信号
sugo	使者
sinugod	进攻，冲锋
tinahak	穿过
bagamat	尽管
nagpasya	赞成
puwersa	（军事）力量
kabanal-banalang	很好（让人眩目）
pangkat etniko	族群
maalinsangan	闷热
paaralang prokya	教会派
isinasagawa	执行
organong kawayan	竹制管风琴
alpa	竖琴
bandurya	三弦琴
loterya	彩票
karera	赛马

Aralin 5　Ang Pilipinas sa Pagdating ng mga Dayuhang Mananakop

sabong	斗鸡
rigodon	四对方舞（一种欧洲宫廷舞）
patintero	跳格子
mañana	早上
kagawian	习惯
kinagisnan	天生的

三　练习　Pangkasanayan

Sagutin ang mga tanong.

(1) Bakit pumunta sa Pilipinas ang mga taga-Europa?

(2) Anu-ano ang ginagawa nila?

(3) Magpaliwanag kung mainam o masama ang mga impluwensya ng Español sa mgaa Filipino.

四　课后阅读　Pagbabasa sa Gawain Bahay

Ang Daan Tungo sa Nasyonalismo at ang Kilusang Propaganda①

　　Pinag-isa ang simbahan at pamahalaan sa pamahalaang Español. Isa itong patakaran na nagpahirap sa mga pilipino. Ang ganitong sitwasyon ay hindi na matiis ng mga makabayang Pilipino. Nanguna ang tatlong paring Pilipino na sina Padre Mariano Gomez, Padre Jose Burgos, at Padre Jacinto Zamora na mabuksan ang isipan ng mga Pilipino tungo

---

① 改编自 Pilipinas：Bayan ko 4，第 268—271 页。

sa nasyonalismo. Subalit ang pagsisikap ng mga pari ay nagwakas nang hatulan sila ng kamatayan sa pamamagitan ng paggarote noong Febrero 17, 1872. Pinaratangan silang kasangkot sa naganap na pag-aalsa sa Cavite noong 1872.

Ang pagkasawi ng tatlong paring martir ay nagbigay daan upang magising ang damdaming makabansa ng mga Pilipino. Nagpatuloy ang pakikipaglaban ng mga Pilipino sa mga Español sa iba't ibang paraan. Itinatag ang Kilusang Propaganda upang manghingi ng reporma at pagbabago sa pamamahala ng mga Español. Ipinarating ng mga kasapi ng kilusan na tinaguriang propagandista ang kanilang mga kahilingan sa mapayapang pamamaraan sa pamamagitan ng pamamahayag at panulat. Kabilang sa mga propagandista ay sina Dr. Jose P. Rizal, Marcelo H. Del Pilar, Graciano Lopez Jaena, Antonio Luna, Juan Luna, Pedro Serrano Laktaw. Karamihan sa mga kasapi ng Kilusang Propaganda ay nakapag-aral sa kolehiyo at sa ibang bansa.

Si Jose Rizal ay gumamit ng kanyang sagisag-panulat o alyas na "Dimasalang" at "Laong Laan." Isinulat niya ang *Noli Me Tangere* at *El Filibusterismo*. Itinatag din niya ang *La Liga Filipina*. Kilala naman sa bansag na "Plaridel" si Marcelo H. Del Pilar. "Taga-Ilog" naman ang bansag o sagisag-panulat na ginamit ni Antonio Luna. Isa siyang dakilang Heneral ng Pilipinas. Sa pagpipinta naging bantog si Juan Luna. Ginawa niya ang *Spoliarium* at *Blood Compact*. Nagkamit siya ng karangalan sa kanyang mga likhang sining. Si Graciano Lopez Jaena naman ay kilalang mananalumpati at peryodista. Siya ang kauna-unahang patnugot ng *La Solidaridad*, ang pahayagan ng Kilusang Propaganda. Ang mga hinaing ng mga Pilipino ay inilatha sa pahayagang ito, ngunit nakumpiska ang karamihan sa mga kopya nito nang dumating sa bansa. Nahinto ang

Aralin 5 Ang Pilipinas sa Pagdating ng mga Dayuhang Mananakop

pagpapalimbag ng *La Solidaridad* dahil sa kakulangan ng pondo at panustos.

Ang Kilusang Rebolusyonaryo

Ang kilusang Propaganda ay hindi nagtagumpay na magpatuloy sa layunin nito. Ngunit nagbigay daan ito sa pag-aalsa ng mga Pilipino at sa pagkakatatag ng Katipunan.

Itinatag ni Andres Bonifacio ang KKK o Kataas-taasang, Kagalang-galang na Katipunan ng mga Anak ng Bayan noong Hulyo 7, 1892. Ito ay isang lihim na samahang panghimagsikan. Layunin nitong makamit ang kalayaan ng bansa sa pamamagitan ng rebolusyon. Umabot sa 30000 ang kasapi ng Katipunan. Nakatulong ang *Kalayaan*, ang pahayagan ng kilusan sa pagpapalaganap sa mga Pilipino ng kanilang karapatan at tungkulin sa bansa.

Malaki ang ginampanan ni Emilio Jacinto sa kilusan. Siya ang naghanda ng mga aral na dapat sundin ng mga katipunero na tinawag na *Kartilya ng Katipunan*.

Ang lihim na samahan ay natuklasan ng mga Español noong Agosto 19, 1896. Tinipon ni Andres Bonifacio ang mga Katipunero sa Pugad Lawin. Naganap ang "Sigaw ng Pugad Lawin" noong Agosto 23, 1896. Pinunit ng mga Katipunero ang kanilang mga sedula. Ang pangyayaring ito ang naghudyat ng himagsikan sa Pilipinas.

Naganap ang unang labanan sa bayan ng San Juan del Monte noong Agosto 30, 1896. Nasawi sa labanang ito ang 153 Katipunero. Sa araw ding ito nagpahayag ng pakikidigma ang walong lalawigan upang makamit ang kalayaan. Kabilang sa walong lalawigan ang Laguna, Rizal, Bulacan, Pampanga, Tarlac, Nueva Ecija, Cavite, at Batangas. Ang himagsikan ay kumalat sa iba't ibang dako ng bansa. Naging sentro ng himagsikan ang lalawigan ng Cavite sa pamumuno ni Heneral Emilio Aguinaldo. Isang malaking tagumpay sa hukbo ni Aguinaldo at sa mga Pilipino ang pagkakapanalo sa labanan sa Binakayan, Cavite noong Novyembre 11, 1896.

Inilipat ni Aguinaldo ang kanyang himpilan sa Biak-na-Bato na pinagtibay noong Novyembre 1, 1897. Inihalal na pangulo ng Republika ng Biak-na-Bato si Emilio Aguinaldo at si Mariano Trias bilang pangalawang pangulo.

Sa pamamagitan sa dalawang panig, ang mga Español at ang mga Pilipino, nabuo ang kasunduang Biak-na-Bato. Nilagdaan ng matagumpay ang kasunduang ito dahil walang tiwala sa isa't isa ang magkabilang panig. Lumabag din ang magkabilang panig sa kasunduan.

Noong Marso 24, 1898, itinatag ang Pamahalaang Diktatoryal sa payo ni Ambrocio S. Rianzares Bautista. Pansamantala lamang ang Pamahalaang Diktatoryal habang hindi pa naitatag ang Republika ng Pilipinas. Sa ilalim ng pamahalaang diktatoryal ay naganap ang pagpapahayag ng kalayaan ng Pilipinas noong Hunyo 12, 1898 sa Kawit, Cavite. Dito winagayway ang watawat ng Pilipinas at tinugtog ang Himno Nacional Filipino na nilikha ni Julian Felipe.

单词表　Talasalitaan

matiis	忍受
hatulan	审判
paggarote	绞刑
pag-aalsa	起义
pagkasawi	逝去
martir	烈士

Aralin 5　Ang Pilipinas sa Pagdating ng mga Dayuhang Mananakop

kahilingan	请求
sagisag-panulat	笔名
alyas	别名
bansag	标语
mananalumpati	演讲者
peryodista	记者
patnugot	编辑
nakumpiska	充公的
pondo	基金
panustos	供给
pagkakatatag	建立
panghimagsikan	革命的
pagpapalaganap	传播
Katipunero	卡蒂普南成员
Sigaw ng Pugad Lawin	巴林塔瓦克呼声
pinunit	撕毁
sedula	人头税证
kumalat	散布
pagkakapanalo	战胜
inihalal	选举 (r.w.halal)
nilagdaan	签署 (r.w.lagda)
Biak-na-Bato	破石洞
kasunduan	条约
winagayway	飘扬

Aralin 6 Ang Pilipinas sa Panahon ng mga Amerikano

一 课文 Testo[①]

Ang Daan sa Pagiging Kolonyang Amerikano ng Pilipinas

Ang Cuba noon ay kolonya ng Spain tulad ng Pilipinas. Nababahala ang America noon kung paano nito mapangangalagaan ang kanilang ari-arian sa Cuba na nagkakahalaga ng $50,000,000. Naglagay ng isang barkong pandigma ang America sa Havana, Cuba na ang pangalan ay S.S. Maine. Noong Febrero 15, 1898, sumabog ang barkong S.S. Maine na ikinamatay ng 246 na pasahero. Hinikayat ng America ang Spain na palayain na ang Cuba ngunit hindi ito pinansin ng Spain. Tinanggap ng America ang hamon ng Spain. Dito nagsimula ang digmaang Español at America.

Noong Mayo 1, 1898 dumating ang mga barkong pandigma ng America sa Look ng Maynila. Ito ang simula ng labanan ng plotang Amerikano sa pamumuno ni Commodore George Dewey na sakay ng barkong Olympia. Pinamunuan naman ni Almirante Patricio Montojo and plotang Español. Tinalo ng mga Amerikano ang mga Español sa labanan. Sumuko ang mga ito sa mga Amerikano.

Ang Simula ng Pananakop ng mga Amerikano sa Pilipinas

Ang pagkatalo ng mga Español sa labanan sa look ng Maynila at

---

① 改编自 Pilipinas：Bayan ko 4，第 279—290 页。

pagsuko ng mga Español noong Agosto 13, 1898 sa mga Amerikano ay naging hudyat upang ang bansang Pilipinas ay mapasakamay sa United States sa Spain na nagkakahalaga ng 20 milyong dolyar kapalit ng nagawa nitong kaunlaran sa Pilipinas. Isa ito sa mga kasunduan na nakapaloob sa Kasunduan sa Paris na nilagdaan noong Setyembre 1, 1898 nina William Day ng United States at Eugenio Rios ng Spain. Tatlong buwan pa lamang ang nakalilipas nang ipinahayag ni Hen. Emilio Aguinaldo ang kasarinlan ng Pilipinas sa Kawit, Cavite noong Hunyo 12, 1898 nang wakasan ng mga Pilipino ang kanilang pakikipagmabutihan sa mga Amerikano dahil sa nakapaloob sa Kasunduan sa Paris na ikinagalit ng mga Pilipino.

Ang Digmaang Pilipino at Amerikano

Hindi kinilala ng mga Amerikano ang Unang Republika ng Pilipinas na pinasinayaan noong Enero 23, 1899 na ginanap sa simbahan ng Barasaoin sa Malolos, Bulacan.

Nagpadala ng mga embahador sa labas ng bansa si Aguinaldo bilang pangulo ngunit hindi rin ito kinilala ng ibang bansa.

Nagsimula ang digmaang Pilipino-Amerikano noong Febrero 4, 1899. Binaril ang isang Pilipinong kawal habang nagpapatrolya malapit sa Barrio Santol (ngayon ay Calle Sociego). Ang sundalong Amerikano na bumaril sa kawal ay si Private Grayson. Nalaman ni Aguinaldo ang pangyayari kaya inihanda niya ang kanyang mga tauhan para sa pakikipagdigma sa mga Amerikano.

Nakipaglaban din si Agueda Kahabagan ang tinaguriang Joan of Arc ng Tagalog. Siya ay isang babaeng heneral ng Laguna. Tumulong din bilang mga nars ng kawal sina Cresencia San Agustin de Santos at Trinidad Tecson. Ang labanang pinamunuan nina Heneral Mascardo,

Maximo Hizon, Servillano Aquino, at Luciano San Miguel sa Gitnang Luzon ay nalupig din ng mga Amerikano.

Naisipan ni Emilio Aguinaldo na magpalipat ng lugar noong kaigtingan ng labanan upang hindi siya masumpungan ng mga Amerikano. Kasama niya si Heneral Gregorio del Pilar bilang tagapangalaga at tagapagtanggol. Buong tapang na nakipaglaban si Gen. Gregorio del Pilar sa Pasong Tirad sa mga Amerikano upang mabigyan ng pagkakataong makatakas si Emilio Aguinaldo. Sa labanang ito ay nabaril at napatay si Hen, Gregorio del Pilar habang ipinagtatanggol ang kanyang pangulo.

Nahuli si Hen. Emilio Aguinaldo sa Palanan, Isabela noong Marso 23, 1901. Nanumpa siya ng katapatan sa pamahalaang Amerikano. Noong Abril 10, 1901, nagpalabas siya ng kautusan sa mga Pilipino na itigil na ang pakikipaglaban sa mga Amerikano.

Ipinagpatuloy ni Macario Sakay ang pakikipaglaban. Nagtatag siya ng pamahalaan sa Katagalugan at kinilala ng kanyang mga tagasunod bilang pangulo at punong tagapagtanggap.

Noong Hulyo 1906 ay sumuko si Sakay. Hindi natupad ang mga ipinangako sa kanya. Siya ay pinaratangan ng panunulisan. Hinatulan siya ng kamatayan.

Tumutol din sa pamamahala ng mga Amerikano ang mga Muslim. Nakipaglaban din sila nang buong tapang sa mga Amerikano.

Maraming Pilipino ang namatay sa labanan. May mga namatay din sa panig ng mga Amerikano.

Lumaganap ang kapangyarihan ng mga Amerikano sa Pilipinas. Sa utos ni Pangulong William Mckinley ng United States kay Gobernador-Militar Elwell Otis ay naitatag ang Pamahalaang Militar. Naging unang gobernador-militar ng Pilipinas si Heneral Wesley Meritt at ang pumalit

Aralin 6 Ang Pilipinas sa Panahon ng mga Amerikano

sa kanya ay si Heneral Otis.

Naitatag din ang Pamahalaang Sibil noong Hulyo 4, 1901. Si William Taft ang hinirang na unang gobernador-sibil. Ang Pamahalaang Sibil ang naitatag nang magkaroon ng katahimikan sa bansa. Binigyan ng pagkakataon ang mga Pilipino na magkaroon ng tungkulin sa pamahalaan upang masanay sa mga gawain bilang paghahanda sa pamamahala ng bansa. Ito ay ipinairal sa Patakarang Pilipinisasyon.

Tungo sa Pagsasarili ng Pilipinas

Nabigyan ng mabibigat na tungkulin sa pamahalaan ang mga Pilipino sa ilalim ng Patakarang Pilipinisasyon, tulad nina Cayetano Arellano na nahirang na Punong Mahistrado ng Korte Suprema, Gregorio Araneta bilang Kalihim ng pananalapi at katarungan, at Florentino Flores na naging punong manananggol. Nadagdagan pa ang bilang ng mga Pilipino na naging kinatawan sa Komisyon ng Pilipino ang iba't ibang tanggapan ng pamahalaan na dati ay hawak ng mga Amerikano.

Pagkalipas ng maraming taon may mga batayang batas na nilagdaan para sa sariling pamamahala. Kabilang dito ang mga sumusunod:

Batas Jones—ang batas na ito ay pinagtibay ni Pangulong Woodrow Wilson matapos ipanukala ni William Atkinson Jones na isang kongresista ng United States. Ito ang unang pormal na pangako sa mga Pilipino na pagkakalooban ng kalayaan sa sandaling matatag na ang pamahalaan. Itinadhana sa batas na ito ang mga tungkulin at karapatan ng mga pinuno at ng mamamayang Pilipino upang maging handa sa pagsasarili ng bansa.

Batas Tydings-Mcduffie—ang pakikipagpulong ni Manuel L. Quezon kay Pangulong Franklin D. Roosevelt ay nagbunga upang makakuha ng panibagong batas na mas maganda sa Batas Hare-Hawes-

Cutting. Ang batas na ito ay nilagdaan ni Pangulong Roosevelt noong Marso 24, 1934. Ang batas na ito ay panukala nina senador Millard Tydings at Kongresista John McDuffie ng United States. Nakapaloob sa batas na ito ang pagtatakda ng 10 taong paghahanda sa pagsasarili sa ilalim ng Pamahalaang Komonwelt. Kabilang din ang pagpapahayag ng kasarinlan ng Pilipinas sa ika-4 ng Hulyo 1946, ang pangsampung taong Pamahalaang Komonwelt.

Ang Pamahalaang Komonwelt

Ang pamahalaang Komonwelt ay pinasinayaan noong Nobyembre 15, 1935 sa Luneta. Nanumpang pangulo si Manuel L. Quezon at si Sergio Osmeña bilang pangalawang pangulo. Nanumpa rin ang 98 mga halal na kinatawan ng Pambansang Asamblea.

Pinamahalaan ng mga Pilipino ang pamahalaan sa Pamahalaang Komonwelt ngunit ang ating bansa ay nasa kapangyarihan pa rin ng mga Amerikano. Ito ang panahon na ipinakita ng mga Pilipino ang kanilang kahandaan at kakayahan upang makitang nagsasarili ang bansang Pilipinas.

Naging matagumpay si Pangulong Manuel L. Quezon sa mga pagbabagong kanyang isinagawa. Nagkaroon ng libreng edukasyong pamprimarya para sa mga mamamayang Pilipino. Naitayo ang maraming paaralan. Nakatuon sa pagpapaunlad ng bawat Pilipino ang edukasyon na itinuturo sa paaralan tulad ng kagandahang asal, sibiko, disiplina, at pagpapabuti sa kasanayan panggawaing-kamay. Natuto ring bumoto ang mga Pilipino sa mga halalang isinasagawa.

Itinakda rin sa Konstitusyon ng Pilipinas noong 1935 ang paggamit ng isang wika. Ito ang dahilan kung kaya siya ay kinilalang "Ama ng

Aralin 6   Ang Pilipinas sa Panahon ng mga Amerikano

Wikang Pambansa." Ang paggamit ng iisang wika ang magsisilbing gabay tungo sa pagkakaisa, pagkakaunawaan, at pagsulong ng bansa.

Mga Pagbabagong Naganap sa Kulturang Pilipino sa Panahon ng mga Amerikano

Sa loob ng 49 na taong pamamalagi ng mga Amerikano sa Pilipinas, maraming impluwensya sa pamumuhay ng mga Pilipino ang nabago at nakaapekto sa ating kultura.

Pamahalaan

Sa mga Amerikano natutunan ng mga Pilipino ang demokratikong sistema ng pamahalaan. Itinuro ng mga Amerikano ang kahalagahan ng demokrasya. Ang bawat isa ay pantay-pantay sa batas at karapatan. Tinamasa ng mga Pilipino ang kalayaan sa pagpili ng relihiyon, kalayaan sa pagsasalita, at kalayaan sa pagpili ng rehiyon, kalayaan sa pagsasalita, at kalayaan sa pamamahayag. Nakilahok din ang mga Pilipino sa pamahalaan tulad ng pagboto at pagkandidato maging babae man o lalaki.

Ang pamahalaan ay hinati sa tatlong sangay na may kanya-kanyang kapangyarihan. Ang una ay ang Sangay Tagapagpaganap o Ehekutibo na pinamumunuan ng pangulo bilang tagapagpatupad ng mga batas. Ang pangalawa ay ang Sangay Tagapagbatas o Lehislatibo na binubuo ng dalawang kapulungan, ang Mababang Kapulungan o Kongreso at ang Mataas na Kapulungan o Senado. Ang pangatlo ay ang Sangay Panghuhukuman o Hudisyal na ang kapangyarihang panghukuman ay nasa Kataastaasang Hukuman o Korte Suprema at sa mga mababang hukuman na itnakda ng batas.

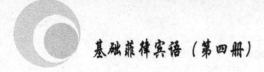

Edukasyon

Ingles ang wikang itinuro sa mga Pilipino. Ito ay ginamit bilang panturo sa mga paaralang pampubliko na itinayo ng mga Amerikano. Itinaguyod nila ang libreng edukasyon sa mga Pilipino. *Thomasites* ang mga unang gurong Amerikano na dumating sa bansa sakay ng barkong S.S. Thomas. Itinuro din nila ang kasaysayan ng America sa mga paaralan. Maraming mga paaralang bokasyonal ang binuksan. Noong 1908 ay itinatag ang Pamantasan ng Pilipinas para sa pangangailangang pangmataas na edukasyon. Itinatag din ang Paaralang Normal ng Pilipinas na ngayon ay Philippine Normal University para sa mga nais maging guro at magpapakadalubhasa sa pagtuturo. Dumami pa ang mga pamantasan, kolehiyo at mga pampublikong paaralan sa buong bansa. Dumami rin ang natutong bumasa at sumulat.

Relihiyon

Sa panahon ng mga Amerikano lumaganap ang relihiyong Protestante. Nadagdagan pa ito ng ibang relihiyon tulad ng Relihiyong Aglipay at Iglesia ni Kristo. Nagkaroon din ng iba't ibang sekta na nagpabago sa pananampalataya ng mga Pilipino. Ang mga Pilipino ay binigyan ng pagkakataon na makapamili ng relihiyong kanyang aaniban.

Transportasyon at Komunikasyon

Gumanda at umunlad ang uri ng transportasyon sa panahon ng Amerikano. Napabuti rin ang komunikasyon. Nabuksan ang *Manila Railroad Company*. Ang tren ay nakapaglalakbay mula Maynila hanggang Dagupan sa Pangasinan. Ang mga calesa na hinihila ng kabayo ay napalitan ng mga trambiyang de-motor, mga kotse, trak, at motorsiklo.

Nagkaroon din ng mga daungan, parola, at paliparan. Noong 1911 ay isinagawa ang unang pagpapalipad ng eroplano. Dumami rin ang mga sasakyang–dagat at nakatulong upang mapadali ang paglalakbay sa mga karatig-pulo.

Noong 1905 ay naikabit ang unang makabagong telefono. Nagkaroon din ng *wireless telegraphy* at napaunlad din ang telegrapo sa panahong ito. Ang mga sulat ay naipaaabot na rin dahil dumami ang mga sentro ng koreo o mga pahatiran sa iba't ibang bahagi ng Pilipinas. Noong 1933 ay nagkaroon ng serbisyong radyo. Nakatulong ito sa mga mamamayang Pilipino upang manawagan at malaman ang mga nangyayari sa paligid bukod sa mga pahayagang ipinalilimbag sa wikang Tagalog tulad ng Mabuhay, Pagkakaisa, at Taliba.

Libangan

Ipinakilala ng mga Amerikano ang mga larong *basketball, softball, volleyball*, bilyar, *football, baseball,* at *bowling*. Natutunan itong laruin ng mga Pilipino. Dinala rin ng mga Amerikano ang mga pelikulang Ingles. Naging libangan ng mga Pilipino na panoorin ang mga ito.

Kalusugan at kalinisan

Nagkaroon ng pagpapahalaga ang mga Pilipino sa kalusugan at kalinisan. Tinuruan sila ng wastong pangangalaga sa sarili upang maging malusog at maligtas sa mga nakakahawang sakit.

Nagkaroon ng mga pagamutan, klinika, at mga sentrong pangkalusugan. Natutuhan din ang pagpili ng tamang pagkain at pag-inom ng malinis na tubig. Nagpatayo rin ng mga pampublikong ospital para sa mga may nakakahawang sakit tulad ng ketong at iba pa.

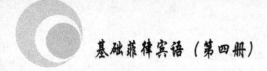

Pananamit

Nagbago ang pananamit ng mga Pilipino. Mula sa baro't saya at Maria Clara na kasuotang pambabae ay napalitan ito ng bestida. Gumamit din ng handbag ang mga babae at nagsuot ng sapatos na may mataas na takong. Gumamit na rin sila ng lipstick at pabango. Ang mga lalaki naman ay natutong magsuot ng pantalon. Sa halip na sinturon ang gamitin, naglagay sila ng suspender. Gumamit din sila ng polo, kurbata, sumbrero, at sapatos na balat o goma. Naging tanyag din sa mga kalalakihan ang pagsuot ng Amerikana.

Sayaw at Musika

Sumikat noong panahon ng Amerikano ang sayaw na *Rhumba, Rock and Roll, Jazy*, at *Boogie*. Ang bawat sayaw at may katumbas ding musika at tugtugin.

Kilala noon sina Nicanor Abelardo, Francisco Santiago, at Felipe Buencamino bilang manlilikha ng musika.

Kabuhayan

Umangat ang kabuhayan at pambansang ekonomiya sa panahon ng Amerikano. Tinuruan ang mga Pilipino ng wastong pagsasaka at pagtatanim. Nagkaroon din ng mga patubig sa mga sakahan. Naitayo ang mga pabrika tulad ng pabrika ng langis alcohol, sigarilyo, at asukal. Ang mga produktong ito ay kinailangan ng United States.

Ang Di-Mabuting Impluwensya ng mga Amerikano

Ang pananakop ng mga Amerikano sa ating bansa ay nagdulot ng magaganda at di-magagandang impluwensya sa maraming aspeto ng

Aralin 6 Ang Pilipinas sa Panahon ng mga Amerikano

ating kultura. Ang mga magagandang impluwensya ay nakatulong upang mapaunlad ang kulturang Pilipino.

Kabilang sa mga di-mabubuting epekto ng pananakop ng mga Amerikano ay ang pagiging mahilig ng maraming Pilipino sa mga "*imported o stateside.*" Dahil dito, nakalimutan ng mga Pilipino na tangkilikin ang sariling produkto o gawang Pinoy. Sanhi nito, natutong manggaya ang mga Pilipino na humantong sa paggawa ng mga pekeng produkto na may mababang kalidad at uri. Ipinamulat ng mga Amerikano na mas matibay, mas masarap, at mas maganda ang imported na bagay kaysa mga produktong Pinoy.

Ang kaisipang kolonyal ay naikintal din sa isipan ng maraming Pilipino. Madali tayong panghinaan ng loob dahil lagi nating iniisip na mahina tayo at hindi natin kayang tapatan ang ibang lahi sa mundo.

Naging kanluranin din ang ikinikilos ng karamihan. Sa halip na magmano at humalik sa mga nakatatanda ay binabati ng lang ito ng "Hello o Hi." Ang mga pagkaing Pilipino tulad ng bibingka, suman, at mga halamang-ugat ay hindi tinangkilik. Naging tanyag ang mga pagkaing kanluranin tulad ng *hotdog, French fries, hamburger, donut, cake,* at *cookies.*

Maraming Pilipino ang gumaya sa dayuhang kultura kaysa sa sariling kultura. Hinangaan nila ang istilo ng pamumuhay, pananamit at mga produkto ng banyaga.

二　单词表　Talasalitaan

sumuko	投降
kasarinlan	独立
pinasinayaan	开始

基础菲律宾语（第四册）

nagpapatrolya	巡逻
kaigtingan	拉紧的绳子，紧张的局势
masumpungan	绊倒
Katagalugan	他加禄地区
sibil	民间的
pananalapi	金融
mapangangalagaan	守护，照管
nagkakahalaga	价值……（动词）
plota	舰队
pinamunuan	被领导、统率
pagkatalo	失利
pagsuko	投降
hudyat	鸣笛，信号
mapasakamay	转手
nilagdaan	签署
nagpapatrolya	巡逻
nalupig	侵略
pinaratangan	被控制
panunulisan	抢劫
patakaran	政策
ipanukala	计划、规划
nanumpa	宣誓
nakatuon	重视
sibiko	文明的
panggawaing-kamay	手工
pagkakaisa	团结
pagkakaunawaan	理解

Aralin 6 Ang Pilipinas sa Panahon ng mga Amerikano

tinamasa	经历，享受
ipinalilimbag	出版，发行
halalan	选举
pananampalataya	宗教
aaniban	参加
sekta	宗派，派别
calesa	马车（又作 kalesa）
koreo	信件
ipinalilimbag	出版，发行
bilyar	台球
ketong	麻风病
takong	脚后跟
kurbata	领带
goma	橡胶
tangkilikin	保护，支持
pekeng	假的
kalidad	品质
naikintal	嵌入

三 练习 Pangkasanayan

Sagutin ang mga sumusunod na tanong.

(1) Anu-ano ang mga ginawa ng Filipino sa panahon ng Digmaang Pilipino at Amerikano?

(2) Anu-ano ang mga pangunahing epekto ng kulturang Amerikano sa Pilipinas?

(3) Bakit marami ang impluwensya ng Amerikano sa Filipino?

四 课后阅读　Pagbabasa sa Gawain Bahay

Dalawang artikulo tungkol sa Pagkakabuo ng Kapuluan at Simula ng Tao①

1. Ang pagkakabuo ng kapuluang Pilipinas

　　Ayon sa mga pagsasaliksik, ang mga pilipino ay may sariling lupain at kultura bago pa man magkaroon ng pakikipag-ugnayan sa ibang dayuhan.

　　Ayon sa mga antropologo noong panahon ng pleistoncene o panahon ng yelo, ang pilipinas ay kakabit sa lupalop ng asia sa pamamagitan ng tulay na lupa. Marami ang naniniwala sa pahayag na ito dahil kung ihahambing ang lupa, halaman, hayop, at uri ng klima ay magkakatulad ang mga ito sa ibang bansa sa asia.

　　Sa dakong hulihan ng panahon ng yelo ay lumaki at tumaas ang tubig sa dagat na umabot sa mga kweba at batuhan. Natunaw ang yelo na naging sanhi ng paglubog ng lupang tulay. Dito napahiwalay ang Pilipinas sa kalupaan ng asia. Isa pang pinagbabatayan tungkol sa tulay na lupa ay mababaw ang bahagi ng dagat China na matatagpuan sa pagitan ng Pilipinas at kalupaan ng Asia at ang mga buto ng mga hayop (fossils) na nahukay ng mga arkeologo sa mga kabundukan sa bansa.

　　Batay sa pahayag ni dr. Fritjo voss, isang siyentipikong aleman, nagkaroon daw ng malakas na lindol na naging sanhi ng pag-usbong ng kapuluan ng pilipinas buhat sa kailaliman ng karagatan.

　　Naniniwala naman si Dr. Bailey Willie na isang heologo, ang

---

① 改编自 Pilipinas：Bayan ko 4，第 220—225 页。

pilipinas daw ay nagmula sa putik ng bulkan sa ilalim ng dagat nang sumabog ito. Sanhi ng sunud-sunod na pagsabog ng mga bulkang dagat sa karagatang pacific nabuo ang maraming pulo at tinubuan ito ng mga damo, puno, at halaman.

2. Ang simula ng tao sa kapuluan

Ang pangalawang teorya ay ibinatay ng mga siyentipiko sa natuklasan na bungo sa kuweba ng Tabon sa Palawan noong 1962. ayon sa kanilang pahayag, may mga tao na sa Pilipinas mga 22000 taon na ang nakalilipas. Taong Tabon ang tawag sa kanila. Sinasabing sa kuweba nanirahan ang mga Taong Tabon. Nabuhay sila sa pangangaso. Nanguguha rin sila ng mga bunga ng mga halamang ligaw. Yari sa bato ang kanilang kasangkapan.

Nahukay ang ilan sa kanilang mga kasangkapan na yari sa bato kasama ang manunggol jar na may disenyo. Nagpapakita lamang na may kaalaman na sa sining ang mga sinaunang Pilipino. May mga labi rin ng uling na natuklasan sa kuweba. Nagpapatunay lamang na marunong silang gumawa ng apoy.

May nahukay ding mga labi ng mga sinaunang Pilipino sa Lambak ng Cagayan at Calatagan, Batangas. Kasama sa nahukay ang mga bakas ng buto ng hayop. Ipinapalagay na pinatay nila ang hayop upang mayroon silang makain.

Ang pangatlong teorya ay ayon sa pahayag ni Dr. Arsenio Manuel (1990), isang antropologong pinarangalan ng mga kilalang Antropologong Pilipino. Ayon sa kanya ang mga ninuno ng mga Indones at Malay ay mga katutubo ng kapuluang Pilipinas sa halip na mga Indones at Malay. Pinagbatayan ni Dr. Manuel ang direksyon ng migrasyon ng mga katutubong Asiano noong Panahon ng Yelo. Kung tataluntunin ang direksyon ng migrasyon ng mga katutubong Asyano ay pababa mula sa kalakhang lupalop ng kontinente ng Asia tungo sa Timog Silangang Asia. Aniya, sa Hilaga ng Pilipinas nagsimula ang migrasyon ng mga Indones at Malay at hindi mula Timog. Kaya pinaniniwalaan niya na ang mga nabanggit na katutubo ay sa Pilipinas nagmula. Maaaring bumalik sila sa bansa dahil sa mayamang kalikasan sa Pilipinas.

单词表 Talasalitaan

pagsasaliksik	研究
pakikipag-ugnayan	联系
antropologo	人类学家
kakabit	联结，连接
pinagbabatayan	证明
pag-usbong	萌生，生长
tinubuan	生长，原生
kuweba	洞穴
bungo	头盖骨，头颅
nangunguha	采集
labi	遗骸
uling	碳
ipinapalagay	被认为
pinarangalan	被尊为
pinagbatayan	证明
tataluntunin	跟踪，追踪
kalakhang lupalop	大陆

Aralin 7　Ang Pananakop ng mga Hapones sa Pilipinas

一　课文　Testo[①]

　　Ang paghahanda sa pagsasarili ng mga Pilipino sa Pamahalaang Komonwelt ay nahinto nang sumiklab ang Ikalawang Digmaang Pandaigdig.

　　Nagsimula ang digmaan nang bombahin ng mga Hapones ang Pearl Harbor sa Hawaii noong Disyembre 7, 1941. Ang Pearl Harbor ay isang daungan ng mga barkong pandigma ng hukbong dagat ng mga Amerikano. Nagdeklara ng pakikipagdigma ang mga Amerikano. Nasangkot ang Pilipinas bilang bansang naging pook ng labanan dahil ang Pilipinas ay isang kolonya ng United States. Lahat ng kolonya ng United States ay kalaban ng Hapon. Isa pa, hindi pa lubusang nakalalaya ang Pilipinas sa mga Amerikano.

　　Sumalakay ang mga Hapones sa iba't ibang dakong ng Pilipinas. Sunud-sunod ang kanilang pagdating. May mga dumaong sa Lingayen sa Pangasinan, Legaspi sa Albay, at sa Look ng Lamon sa Quezon. Malaking pangkat ng mga Hapon ang lumunsad sa Lingayen na pinamunuan ni Tenyente-Heneral Homma.

　　Unang binomba ng mga eroplanong Hapones ang Davao. Kasunod

---

① 改编自 Pilipinas：Bayan Ko 4, 第 290—297 页。

nito binomba ang Tuguegarao, Baguio, at Clark Field. Binomba rin ang Nichols Field sa Maynila noong Disyembre 8, na ikinagulat ng mga taga-Maynila. Walang nagawa ang magigiting na sundalo ng United States Armed Forces in the Far East(USAFFE), ang hukbong sinanay at inihanda ni Mac Arthur dahil sa kalamangan ng bilang ng mga sundalong Hapones at mga sandata nito. Umurong ang pwersa ng USAFFE sa Bataan at Corregidor habang hinihintay ang tulong na ipadadala ng America.

Ipinayo kay Pangulong Manuel L. Quezon na tumakas patungong Corregidor kasama ang kanyang gabinete at pamilya. Ipinahayag na *Open City* ang lungsod ng Maynila ngunit binomba pa rin ito ng Hapones. Noong Enero 2, 1942, sinakop ng mga Hapones ang Maynila. Walang nagawa si Jorge B. Vargas ang alkalde ng Maynila na pinili ni Quezon.

Paglilipat ng Pamahalaang Komonwelt sa America

Iniutos ni Pangulong Roosevelt na agad ilikas sina Quezon at McArthur upang hindi mahuli ng mga Hapones at hindi tanggapin ang kapangyarihan ng Hapones. Noong Febrero 20, 1942, nilisan nina Quezon ang Corregidor lulan ng submarino patungong Mindanao. Mula sa Mindanao ay sumakay sila ng eroplano papuntang Australia. Nakarating sila sa United States sakay ng barkong President Coolidge mula Australia.

Sumunod si McArthur sakay ng eroplano mula sa Mindoro patungong Australia. Nag-iwan siya ng pangakong, "I shall return."

Pagbagsak ng Bataan at Corregidor

Dumating sa Bataan ang pinakamalaking pwersa na pinakawalan ni Hen. Homma noong Abril 3, 1942. Ubos na ang mga sandata, pagkain, gamot at iba pang pangangailangan ng USAFFE. Ipinasya nilang ihinto na ang pakikipaglaban. Noong Abril 9, 1942, sumuko si Hen. King, ang pinunong hukbo ng Bataan upang maiwasan ang pagkamatay ng kanyang mga tauhan.

Sumuko ang may 36,000 sundalong Pilipino at Amerikano sa Bataan. Kaawa-awa ang kalagayan ng mga sundalo. Sila'y mahina sanhi ng sakit na malaria, sugat sa katawan, gutom, at uhaw.

Pinaglakad sila mula Mariveles sa Bataan hanggang sa San Fernando, Pampanga. Naganap ang hindi makakalimutang "Martsa ng Kamatayan." Labis na nahirapan ang mga sundalong Amerikano at mga Pilipino. Mula sa San Fernando ay isinakay sila sa tren patungo sa kampo ng Capas sa Tarlac. Marami ang namatay at naiwan sa daan dahil sa gutom, uhaw, at ang iba ay binaril ng mga Hapones.

Magiting na ipinagtanggol ng mga sundalong pinamunuan ni Hen. Jonathan Wainwright ang Corregidor ngunit bumagsak ito at isinuko noong Mayo 6, 1942. Sumuko si Wainwright sa mga Hapones at dinala siya sa Maynila. Pinilit siyang basahin sa radyo ang utos ng pagsuko ng mga hindi pa bihag ng mga Hapones.

Pamumuhay sa Panahon ng Pananakop ng mga Hapones

Malaking pagbabago na naman ang naranasan ng mga Pilipino sa panahon ng pananakop ng mga Hapones. Labis na naghirap ang pamumuhay ng mga Pilipino. Nagsarado ang mga pagawaan at nawalan ng hanapbuhay ang maraming Pilipino. Ang mga industriya, transportasyon, at komunikasyon ay kinontrol ng mga Hapones. Kinapos sa pagkain ang mga Pilipino. Sinamsam ng mga Hapones ang kanilang mga pagkain. Takot na namuhay ang mga Pilipino habang palipat-lipat ng tirahan dahil sa takot na pahirapan ng mga Hapones. Ang mga paaralan ay isinara at nanatili ang mga mag-aaral sa tahanan. Ipinagbawal din ang pakikinig ng balita.

Sa kabila ng kahirapan, umiral sa mga Pilipino ang pagiging mapamaraan. Natutunan nilang uminom ng pinaglagaan ng dahon ng mangga o abokado sa halip na kape o tsaa. Dahil sa kakapusan ng pagkain, ang laman ng niyog ay inihahalo sa lugaw, at giniling na mais upang gawing bibingka.

Nakatuklas sila ng isang uri ng punungkahoy sa sinisindihan ang laman para magkaapoy at magsilbing ilaw sa gabi. Ang mga bakanteng lote ay tinaniman ng mga gulay at ibang makakain. Natutunan nilang mag *"buy and sell"* upang kumita ng kaunti.

Dahil sa kahirapan, nagtulungan sa isa't isa ang mga Pilipino. Ngunit may mga Pilipino ring tinaguriang *Makapili*. Sila ang mga Pilipinong nagmamanman sa ikinikilos ng kapwa Pilipino upang isumbong sa mga Hapones. Ang iba naman ay natutong magnakaw upang may makain.

Tumindi ang pagnanais ng mga Pilipino na makalaya sa pagmamalupit ng mga Hapon. May mga nagtatag ng lihim na kilusan laban sa Hapon. Tinawag silang mga *gerilya*. Unang nagtatag ng pangkat ng gerilya si Kapitan Guillermo Nakar. Napabantog din sa katapangan si Luis Taruc na nagtatag ng *Hukbalahap* (Hukbo ng Bayan Laban sa Hapon).

Ang Pamahalaang Papet

Nais ng mga Hapones na makiisa ang mga Pilipino sa patakarang *Greater East-Asia Co-Prosperity Sphere* o "Sama-samang Kasaganaan sa Lalong Malaking Silangang Asia."

Layunin nitong pagsama-samahin ang mga bansang magkakaugnay ang kultura, kabuhayan, at lokasyon. Nangako ang mga Hapon na matatamo ng Pilipinas ang kalayaan kung makikiisa ang mga ito. Ngunit hindi nila nakuha ang pakikiisa ng mga Pilipino, sa halip hinangad ng mga Pilipino na muling bumalik ang mga Amerikano upang iligtas sila sa kahirapan.

Noong Oktubre 14, 1943 ay ipinahayag ng mga Hapones ang kalayaan ng Pilipinas. Nahirang na Pangulo si Jose P. Laurel ngunit ang pamamalakad ng bansa ay nasa kamay pa rin ng mga Hapones.

Ang pagsisikap ni Laurel na makatulong sa paghihirap ng mga Pilipino ay nawalan ng saysay dahil patuloy ang pagtaas ng presyo ng mga bilihin at kailangan pang pumila sa mga pamilihan upang makakuha ng pangunahing pangangailangan tulad ng bigas, sabon, asukal, at sigarilyo.

Mga Impluwensiya sa Kulturang Pilipino sa Panahon ng mga Hapones
Edukasyon

Ipinag-utos ang pagbubukas ng mga paaralang elemtarya at bokasyonal. Itinuto sa paaralan ang wikang Hapones na *Niponggo*. Hinikayat din ang paggamit ng wikang Pilipino sa halip na Ingles. Ipinagbawal ang paggamit ng mga aklat na may kinalaman sa United States at demokrasya.

Sa pagtuturo sa paaralan ay binigyang pagpapahalaga ang pagiging masikap sa pagtatrabaho at pagiging payak sa pamumuhay upang mapigilan ang pagiging materyoso.

Hanapbuhay

"Buy and sell" ang karaniwang hanapbuhay. May mga negosyante na bumibili ng mga gamit at mga kasangkapan. Ipinagbibili naman itong muli sa mas mataas na halaga upang kumita ng kaunti.

Panitikan

Tanyag ang wikang Tagalog sa mga lathalain at mga kwento. Ipinagbawal ang paglalathala ng mga pahayagang Ingles. Dahil dito, natutunan ng mga Pilipinong mahalin ang sariling wika.

Libangan

Naging libangan ng mga Pilipino noon na manood ng mga pagtatanghal na gamit ang wikang Tagalog, tulad ng dula-dulaan, perya, at mga fyestang pansibiko.

Mayroon ding mga sinehan na nagpapalabas ng mga pelikulang Ingles ngunit sinusuri muna ito bago ipalabas sa sinehan.

Ang mga pagbabago sa ating kultura dulot ng pananakop ng mga Hapones ay nagkaroon ng tatak sa ilan sa mga Pilipino upang linangin at paunlarin. Ang iba naman ay kinalimutan ito at kinamuhian ito dahil sa kontroladong kultura na kanilang ipinamalas sa mga Pilipino.

Ang Pagwawakas ng Pananakop ng mga Hapones

Tinupad ni MacArthur ang kanyang pangako sa siya'y babalik sa Pilipinas. Noong Oktubre 20, 1944 lumunsad sa Palo, Leyte ang pwersa ng mga Amerikano sa pamumuno ni McArthur. Nagambala ang mga Hapones sa pagbabalik ng pwersa ng mga Amerikano. Natalo ang mga Hapones sa labanan. Noong Agosto 15, 1945 sumuko ang mga Hapones sa mga Amerikano. Nilagdaan ang opisyal na pagsuko ng mga Hapones noong Setyembre 2, 1945. Dito nagwakas ang Ikalawang Digmaang Pandaigdig.

Muling ibinalik ang Pamahalaang Komonwelt. Si Sergio Osmeña ang naging pangulo dahil si Quezon ay namatay sa United States noong

Aralin 7　Ang Pananakop ng mga Hapones sa Pilipinas

Agosto 1, 1944.

Simula ng Ikatlong Republika

　　Nagkaroon ng katuparan ang nakatadhana sa Batas Tydings-McDuffie na pagkalooban ng kalayaan ang mga Pilipino pagkatapos ng sampung taong pagsasarili sa ilalim ng Pamahalaang Komonwelt.

　　Ang lubos na kalayaan ng Pilipinas ay nakamit noong Hulyo 4, 1946 nang pinasinayaan ang Ikatlong Republika ng Pilipinas sa Luneta, Maynila. Itinaas ni Pangulong Manuel Roxas, ang unang pangulo ng Ikatlong Republika ng Pilipinas ang watawat ng Pilipinas.

二　Talasalitaan　单词表

Pamahalaang Komonwelt	菲律宾联邦，自治政府
sumiklab	爆发
lubusan	完全，充分
nakalaya	解放，自由
sumalakay	袭击
sinanay	训练
gabinete	内阁
lulan	装载
bihag	俘虏
kinapos	缺乏
sinamsam	充公
pinaglagaan	放锅中煮沸
lugaw	粥
giniling	研磨

nagmamanman	监察
isumbong	控诉
lathalain	出版物
paglalathala	出版，发表
dula-dulaan	戏院
perya	集市
kinamuhian	厌恶 (r.w.muhi)
pangako	誓言
lumunsad	登陆
pwersa	部队，军力（又作 puwersa）
nagambala	打扰
nilagdaan	签署
nakatadhana	规定
pagsasarili	自主，自治
pinasinayaan	使……开始，初始

三 练习 Pangkasanayan

Sagutin ang mga sumusunod na tanong.

(1) Anu-ano ang mga ginawa ng Filipino sa panahon ng pananakop ng Hapon?

(2) Anu-ano ang mga pangunahing epekto ng kulturang Hapones sa Pilipinas?

(3) Kung nawawala ang pananakop ng Hapon sa kasaysayan, anu-ano ang maaaring mangyari sa Pilipinas?

Aralin 7 Ang Pananakop ng mga Hapones sa Pilipinas

四 课后阅读 Pagbabasa sa Gawain Bahay

Ang Katangiang Pisikal ng Ating mga Ninuno[①]

Katangi-tangi ang lahing Pilipino. Mula pa noong unang panahon hanggang sa kasalukuyan nangingibabaw pa rin ang ating maipagmamalaking lahi at mga katangiang pisikal. Tulad ng ibang tao sa iba't ibang bansa, ang mga unang Pilipino ay may sariling kultura. Sila ay may kabihasnan.

Ibang-iba ang kulturang Pilipino, kulturang binuno ng ating mga ninuno. Kulturang yumaman sa kanilang pakikipag-ugnayan sa mga Asyano. Kulturang tumibay sa pagdating ng mga mananakop at sa paglipas ng panahon ay lumitaw ang natatanging kulturang PILIPINO, naiiba at maipagmamalaki!

Pinaniniwalaan na ang Pilipinas ay karugtong ng ibang bansa sa pamamagitan ng tulay sa lupa. Dito dumaan ang mga unang tao sa Pilipinas. Tingnan ang mapa ng Asya, mapapansin mo na ang Borneo ay malapit sa Palawan.

Ayon sa mga mananaliksik, ang Palawan ay siyang naging tulay ng lupa na nagdugtong sa Pilipinas at Borneo. Ang naging basehan ng paniniwalang ito ay ang mga nahukay na buto ng mga hayop buhat sa Borneo na natagpuan sa Palawan at sa ilang bahagi ng timog Pilipinas.

Ang mga Taong Tabong

Ang unang namuhay sa ating bansa ay ang mga taong Tabon.

Matatagpuan ang kwebang tabon sa Palawan, kung saan nakita ang

---

① 改编自 Pilipinas: Bayan ko 3，第 82—88 页。

mga katibayan na ang unang taong nanirahan sa Pilipinas ay namuhay nang ayon sa kanilang kapaligiran. Pinaniniwalaang ang mga taong ito ay nagkaroon din ng pakikipa-ugnayan sa mga taga-ibang-bansa sa pamamagitan ng tulay ng lupa. Pagkalipas ng mahabang panahon ay pinaniniwalaang lumubog ang tulay na lupa dahil sa pagtaas ng tubig.

Ang mga Negrito

Kilala ang mga Negrito sa iba't ibang katawagan tulad ng Baluga, Atis, Aeta, Dumagat, at Agta. Ang tawag sa kanila ay nagkakaiba-iba ayon sa lugar kung saan sila matatagpuan. Makikita sila sa Hilagang-Silangang Luzon, Visayas, at Hilagang-Silangang Mindanao.

May maitim na balat ang mga Negrito. Ang kanilang buhok ay kulot-kulot, makapal ang mga labi, at sarat ang ilong. Karaniwan silang maliliit, subalit matipuno ang mga katawan. Ang ginagamit nilang damit ay pinalambot na balat ng kahoy o dahon. Wala silang tiyak na tirahan dahil sa kanilang ugaling pagpapalipat-lipat ng lugar sa paghahanap ng pagkain. Magaling silang gumamit ng sumpit, sibat, at pana sa paghuhuli ng kanilang mga pagkain mula sa dagat, ilog, at gubat. Sila ay gumagamit ng mga kasangkapang yari sa bato. Sa paglipas ng panahon ay natuto silang gumawa ng apoy. Kasunod doon ay pagkatuto nilang magluto. Ginagamit din nila ang apoy sa pagtataboy ng mga mababangis na hayop sa gubat. Hindi nagtagal ay natuto na rin silang magtayo ng bahay na yari sa mga dahon at sanga ng kawayan, damo, at nipa. Natutunan na rin nila ang pagtatanim ng mga halamang-ugat tulad ng kamote at gabi.

Ang kanilang salinlahi ay matatagpuan sa iba't ibang bahagi ng Luzon, tulad ng Bundok ng Sierra Madre, Isabela, Nueva Vizcaya, Tarlac, Pampanga, Bataan, at Zambales. Mayroon ding napadpad sa Panay,

Aralin 7 Ang Pananakop ng mga Hapones sa Pilipinas

Negros, Agusan, at Surigao. Nang sumabog ang Bulkang Pinatubo ang mga katutubo ay napilitang magsilikas at napunta sa iba't ibang bahagi ng Luzon.

Ang mga Indones

Dumating ang mga Indones sa Pilipinas sakay ng mga bangka. Sila ay nagmula sa Timog-Silangang Asya. Ang mga Negrito ay itinaboy nila pataas ng bundok at paloob ng pulo. Nanirahan sa kapatagan ang mga Indones.

Ang kanilang pangangatawan ay payat, kayumanggi ang balat, manipis ang labi, matangos ang ilong, malamlam ang mata, tuwid at mahaba ang maitim na buhok. Ito ang anyo ng mga unang pangkat ng mga Indones.

Sumunod ang pangalawang pangkat ng Indones. Sila ay mababa at maitim. May makapal na labi at pango ang ilong, subalit malaki naman ang pangangatawan.

Maraming kagamitan sa pangangaso ang mga Indones, tulad ng pana at palaso, kutsilyo, at sumpit. Ang bahay nila na yari sa kahoy at may bubong na damo ay itinatayo sa itaas o ilalim ng mga puno. Bukod sa pangangaso at pangingisda ay nagtanim din sila ng palay, gabi, at mga halamang-ugat at nag-alaga ng mga hayop, tulad ng baboy, kambing, at iba pa.

Ang kanilang mga damit ay may disenyo. Pinipintahan din nila ang kanilang mga katawan. Para sa kanila ay maganda ang may pinta ang katawan. Sa kanila nagsimula ang mga tatu at pintados. Sa kanilang pagluluto ay gumagamit sila ng palayok. Ang malalaking palayok naman ay ginagamit nila sa paglilibing.

Ang mga Malay

　　Dumating ang isang pangkat sa ating bansa mula sa Peninsulang Malay. Sila ang mga Malay na sumakay sa mga bangkang tinawag na balangay.

　　Ang balat ng mga Malay ay kulay katumanggi. Ang kanilang pangangatawan ay balingkinitan, tuwid at maitim ang mahabang buhok, sarat ang ilong, at maitim ang mata.

　　Higit na maunlad at maayos ang pamumuhay ng mga Malay kaysa mga Negrito at Indones. Ang damit nila ay yari sa seda o bulak. Sila ay nagsusuot ng mga alahas na yari sa ginto at mga malalaking bato. Naglalagay sila sa katawan ng maraming palamuti.

　　Ang bahay ng mga Malay ay yari sa kahoy. Higit na malaki at maayos ang bahay nila kaysa Indones. May mga kasangkapang yari sa tanso, bakal, at kahoy. Ginagamit ang palayok sa pagluluto at paglilibing. Gumagawa sila ng alak at sarili nilang kasangkapan tulad ng palayok, sandata, at palamuting bakal. Ang kalakalan nila ay sa pamamagitan ng barter o palitan ng mga produkto.

　　Ang kanilang mga gawaing pangkabuhayan ay ang pagsasaka, paggawa ng palayok, pagmimina, at paggawa ng alak. Pangingisda naman ang hanapbuhay para sa mga Malay na nakatira sa tabing dagat.

　　May sarili silang musika at alfabeto. Marunong silang tumugtog ng pluta, tambal, at agong.

　　Mayroon na silang sariling uri ng pamahalaan na tinawag na balanggay. Pinamumubuan ito ng raha o datu.

　　Nanirahan ang unang pangkat ng mga Malay sa bulubunduking lalawigan ng Kalinga, Apayao, at Bontoc.

　　Ang ikalawang pangkat naman ay naninirahan sa Pampanga,

Aralin 7 Ang Pananakop ng mga Hapones sa Pilipinas

katagalugan, at Visayas. Ang ikatlong pangkat ay siyang ninuno ng mga Muslim sa Mindanao. Dinala nila ang relihiyong Islam sa Mindanao.

Ang pagdating ng mga dayuhan sa ating bansa ay nagbunga ng pagbabago sa kaanyuan ng ating mga ninuno, na minana ng mga Pilipino sa kasalukuyan. Dagdag sa kaanyuan, nagkaroon din ng pagbabago sa uri ng pamumuhay at mga gawain.

单词表 Talasalitaan

pag-uugali	习惯
nangingibabaw	显出来
maipagmamalaki	值得骄傲
kabihasnan	文明
yumaman	使充实
pinaniniwalaan	据信
mananaliksik	研究（人员）
pagkalipas	飞逝
sarat	矮，塌
matipuno	强健，健壮
pinalambot	使变软
sibat	长矛
pagtataboy	驱赶
mababangis	凶猛的
sanga	树枝
gabi	芋薯
salinglahi	后代
pangangatawan	体格
matango	高鼻梁的

pangangaso	打猎
pana	弓
palaso	箭
sumpit	吹箭筒
balingkinitan	苗条的
seda	绸
sandata	武器
barter	以物易物
pluta	笛子
tambol	鼓
agong	锣

Aralin 8　Ang Pamahalaan sa Pangangalaga at Pagpapaunlad ng Sariling Kultura

一　课文　Testo[①]

Mahalaga ang kultura sa bansa. Ang kultura ay binubuo ng mga bagay ng pinapahalagahan ng isang pangkat ng tao na may kaugnayan sa buhay at pamumuhay ng tao.

Ang *kulturang materyal* at *kulturang di-materyal* ay dalawang uri ng kultura. Bahagi ng kulturang materyal ang lahat na gawa ng tao tulad ng kagamitan, sasakyan, pananamit, tirahan, gusali, simbahan, at ang paraan ng ikinabubuhay ng tao. Binubuo naman ng mga tradisyon, kaugalian, at paniniwala ng mga tao ang kulturang di-materyal. Kabilang dito ang relihiyon, pamahiin, sining, panitikan, wika, pamahalaan, awiting bayan, sayaw, at mga ritwal.

Mga batas at programa ng pamahalaan sa pagpapanatili at pagpapaunlad ng sariling kultura

Mahalaga ang kultura natin. Ito ang nagpapatibay ng ating damdamin, pagkakaisa, at pagtutulungan bilang Pilipino.

Dahil mahalaga ito, ang pamahalaan ay nagtakda ng mga batas at

---

① 改编自 Pilipinas: Bayan Ko 4, 第 306—314 页。

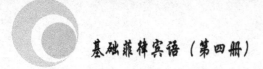

programa tungkol sa pangangalaga, pagpapanatili, at pagpapaunlad ng sariling kultura upang mapanatili ang ating pinagmulan, kasaysayan, at pagkakakilanlan.

Ayon sa nakasaad sa Artikulo XIV Seksyon 14-18 ng Konstitusyon ng Pilipinas 1987 ang estado ay dapat itaguyod ang mga sumusunod:

Artikulo XIV

Seksyon 14. Dapat itaguyod ng estado ang pangangalaga, pagpapayaman, at dinamikong ebolusyon ng isang pambansang kulturang Pilipino salig sa simulain, pagkakaisa sa pagkakaiba-iba sa kapaligirang malaya, artistiko, at intelektwal na pagpapahayag.

Seksyon 15. Dapat tangkilikin ng estado ang mga sining at panitikan. Dapat pangalagaan, itaguyod, at ipalaganap ng estado ang pamanang historikal at kultural at ang mga likha at mga kayamanang artistiko ng bansa.

Seksyon 16. Ang lahat ng mga kayamanang artistiko at historikal ng bansa ay bumubuo sa kayamanang kultural nito at dapat pangalagaan ng estado na maaaring magregula sa disposisyon nito.

Seksyon 17. Dapat kilalanin, igalang at pangalagaan ng estado ang mga karapatan ng mga katutubong pamayanang kultural sa pagpapanatili at pagpapayaman ng kanilang mga kultura, mga tradisyon, at mga institusyon. Dapat isaalang-alang nito ang mga karapatang ito sa pagbabalangkas ng mga pambansang plano nito at mga patakaran.

Seksyon 18. (1) Dapat siguraduhin ng estado ang pantay na pagtamo ng mga pagkakataong kultural sa pamamagitan ng sistemang pang-edukasyon, mga kultural na entity na publiko o pribado, at mga iskolarship, mga kaloob at iba pang mga insentibo, at mga

Aralin 8 Ang Pamahalaan sa Pangangalaga at Pagpapaunlad ng Sariling Kultura

pampamayanang sentrong kultural at iba pang mga tanghalang pangmadla.

(2) Dapat pasiglahin at tangkilikin ng estado ang mga pananaliksik at mga pag-aaral tungkol sa kultura.

Mga batas at atas ng pangulo

Kaalinsunod sa pagpapatupad ng isinasaad ng Artikulo XIV ng ating Saligang Batas (1987), ang pamahalaan ay nagpapatibay ng mga batas at mga alituntunin upang matiyak ang pangangalaga, pagpapanatili, at pagpapaunlad ng ating kultura.

Anu-ano ang mga batas na ipinatutupad ng pamahalaan upang mapangalagaan ang ating kultura?

1. Batas Bilang 4846—Ang batas na ito ay kilala sa tawag na Batas sa Pangangalaga at Pagpapanatili ng Pamana ng Lahi. Nakatakda sa batas na ito ang mga patakaran ukol sa pangangalaga at pagpapanatili sa mahahalagang pamana ng bansa.

2. Atas ng Pangulo Blg. 105 at 260

Ayon sa Atas ng Pangulo Blg. 105, itinuturing na banal ang lahat na makasaysayang lugar sa ating bansa.

Itinuturing na banal ang mga sumusunod na makasaysayang lugar ayon sa Atas ng Pangulo Blg. 260.

(1) Simbahan ng Paoay

(2) Simbahan ng San Agustin sa Intramuros

(3) Corregidor sa Bataan

(4) Banaue Rice Terraces

(5) Yungib ng mga Mummy sa Benguet

(6) Simbahan ng Bacarra sa Ilocos Norte

(7) Pasong Tirad sa Ilocos Sur

(8) Fort Santiago sa Maynila

(9) Fort Pilar sa Zamboanga

Ayon din sa atas ng Pangulo Blg. 260, ang mga nabanggit na makasaysayang lugar sa bansa ay hindi dapat sirain, sulatan, o dumihan. Ang ilan sa mga makasaysayang pook at gusali ay itinuturing bilang pambansang dambana at bantayog. Kabilang dito ang bantayog ni Jose Rizal sa Luneta Park, Paco Park, Krus ni Magellan sa Cebu, Simbahan ng Sto. Niño sa Cebu, Bamboo Organ sa St. Joseph Parish Church sa Las Piñas, Mabini Shrine sa Nagtahan, Maynila, at Talaga, Tanauan Batangas at ang Rizal Shrine sa Calamba Laguna at Dapitan, Zamboanga.

3. Atas ng Pangulo Blg. 1109

Ayon sa batas na ito, hindi pinapahintulutan ang sinuman na sirain o galawin ang lugar na pinaghuhukayan ng mga sinaunang kagamitan o kasangkapan ng ating mga ninuno sa Lambak ng Cagayan, Kalinga, Apayao at Calatagan, Batangas. Kabilang din na di-dapat pakialaman ng hindi kasangkot sa proyekto ang paninisid sa mga galyon sa karagatan ng Pilipinas at pangunguha ng mga bagay mula rito.

4. Batas Blg. 284—Pagpapatayo ng mga Museo

May batas tungkol sa pagpapatayo ng mga museo. Ito ang *Batas Bilang 284*. Mahalaga ang museo sa isang bansa. Sa museo makikita ang mga sinaunang bagay ng lumipas na panahon na bahagi ng materyal na kultura ng ating bansa. Dito inilalagak, iniingatan, at isinasaayos ang lahat na bagay na may kinalaman sa ating kultura. Nababakas natin ang ating nakaraan dahil sa mga bagay na nakikita natin sa museo.

Maraming museo sa ating bansa. Kilala ang *Pambansang Museo o National Museum* na matatagpuan sa Lungsod ng Maynila. Ito ang pinakamalaking museo sa bansa. Katatagpuan ito ng iba't ibang koleksyong pansining at artifacts ng lahing Pilipino. Dito rin makikita ang *Spolarium* na ipininta ni Juan Luna.

Sa *Fort Santiago sa Intramuros*, Maynila ay mayroon ding museo. Dito makikita ang mga kagamitan ni Dr. Jose Rizal noong siya ay nakakulong dito.

Karugtong ng Simbahan ng San Agustin sa Intramuros, Maynila ay ang *Monastery Museum*. Dito makikita ang iba't ibang koleksyon ng mga *religious art* at *artifacts* noong panahon ng Español at Amerikano.

Sa harap ng Simbahan ng San Agustin, sa kanto ng Kalye General Luna at Calle Real ay makikita ang *colonial houses*. Isa sa mga ito ay *Casa Manila*. Ito ay bahay ng isang mayamang angkan noong 19 daantaon. Dito makikita ang mga antigong kasangkapan ng bahay.

Itinayo rin sa Intramuros, Maynila ang Beaterio. Ang Beaterio ay tirahan ng mga babaeng Pilipina na nais maging relihiyoso na itinatag ni Madre Ignacia del Espiritu Santo noong panahon ng Español. Matatagpuan sa loob ng itinayong modelo ng Beaterio ang museo tungkol sa kasaysayan ng Pilipinas. Ito ang Intramuros Light and Sound Museum.

Sa Quezon Memorial Circle sa Lungsod ng Quezon ay makiktia ang Manuel L. Quezon Museum. Dito nakalagak at pinangangalagaan ang mga kagamitan at mga larawan ng Pangulong Manuel L. Quezon.

May mga museo ring pampaaralan o pampamantasan. Nangunguna rito ang Museo sa Pamantasan ng Santos Tomas. Dito makikita ang imprenta ng isang kilalang manlilimbag na Pilipino na si Tomas Pinpin. Makikita rin dito ang upuang ginamit ng Santo Papa *Juan Pablo* II sa misa nang siya ay pumunta sa bansa noong 1995 para sa World Youth Day.

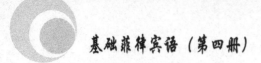

Mayroon ding museo na naglalaman ng mga sinaunang pera hanggang sa pinakabagong pera na ginagamit sa Pilipinas. Ito ang *Money Museum ng Bangko Sentral* o *Central Bank Museum*.

Ang *Philippine Army Museum* ay matatagpuan sa Fort Bonifacio. Dito makikita ang mga antigong baril, tangke, kanyon at iba pang relikya ng Ikalawang Digmaang Pandaigdig.

Ang *Philippine Airforce Museum* ay matatagpuan sa Villamor Airbase sa Lungsod ng Pasay. Dito makikita ang mga lumang helicopter at mga modelo ng mga eroplano at iba pang kagamitan ng Philippine Air Force.

May mga probado ring museo sa bansa. Nangunguna rito ang *Ayala Museum* na matatagpuan sa Lungsod ng Makati. Makikita rito ang mga dayorama tungkol sa kasaysayan ng Pilipinas bago dumating ang mga Español hanggang sa *EDSA Revolution*. Ang *Bahay Chinoy* ay makikita sa Intramuros, Maynila. Dito nakalagak ang mga artifaks na dinala ng mga Tsino sa bansa at ang kultura at pamumuhay ng mga Tsino.

Kilala rin ang Museo sa Villa Escudero na matatagpuan sa lalawigan ng Quezon. Makikita rito ang mga antigong poon, kagamitan, kasuotan, sandata, at iba pang mga kagamitang panrelihiyon at mga artifak mula pa sa ating mga ninuno.

5. Atas ng Pangulo Blg. 188

Nakapaloob dito ang mga batas na ipinatutupad upang itaguyod ang kultura ng bansa. Sa bisa ng Atas ng Pangulo Blg. 188, ang pamahalaan ay naglunsad ng mga pagtatanghal ng mga sayaw, awit, at mga produktong Pilipino sa bansa at sa iba't ibang bahagi ng mundo. Ang pangkat Bayanihan Dance Troupe at Ramon Obusan Folkloric Dance Troupe ay ilan sa mga nagsisipagtanghal sa iba't ibang bahagi ng mundo

Aralin 8 Ang Pamahalaan sa Pangangalaga at Pagpapaunlad ng Sariling Kultura

upang palaganapin ang kulturang Pilipino sa pamamagitan ng sayaw.

Iba't ibang kalakal na Pilipino ang itinatanghal sa mga World Exposition tulad ng mga gawang tela, sapatos, barong Tagalog, mga yaring damit, at mga imbensyon upang makilala ang pagkamalikhain, at galing ng mga Pilipino.

Sumasali rin ang Pilipinas sa mga internasyonal na patimpalak pampelikula at programang pangtelevisyon. Umani na rin ng papuri at parangal ang Pilipinas sa ibang bansa sa larangang ito.

Idinaraos din taun-taon ang Fyesta ng Pelikulang Pilipino. Mga pelikulang Pilipino ang ipinalalabas sa mga sinehan. Pinipili at pinararangalan ang magagandang pelikula na sumasalamin sa makulay at mayamang kultura ng bansa bilang pagpapahalaga sa angking talino ng mga Pilipino sa paggawa ng pelikula.

Itinatag din ng pamahalaan ang *Popular Music Foundation of the Philippines* upang linangin, paunlarin at palaganapin ang musikang Pilipino. Nagbigay daan ito upang makasali sa pandaigdigang paligsahan ang mga komposisyon at awiting Pilipino.

Nagbibigay din ng pagkilala ang *Carlos Palanca Memorial Awards for Literature* sa mga Pilipinong pinakamahusay sa paggawa ng dula, kwento, tula at sanaysay na sumasalamin ng ating pagka-Pilipino.

二 单词表 Talasalitaan

ikinabubuhay	以……为生
pamahiin	迷信
awiting bayan	民歌
pagkakaisa	团结

pagkakakilanlan	身份
pagpapayaman	增进
tangkilikin	赞助，扶持
alituntunin	法规，规章
pamana	遗产
isaalang-alang	考虑
patakaran	政策
pasiglahin	推进
atas	法令
dambana	圣地
galyon	西班牙式大帆船
pinapahin tulutan	被允许
inilalagak	指定
antigo	古老的
relihiyoso	宗教的
imprenta	印刷的
relikya	遗迹
linangin	发展，培育
poon	主人，上帝
sumasalamin	反映

三 练习 Pangkasanayan

Sagutin ang mga sumusunod na tanong.

(1) Anu-ano ang mga tungkulin ng pamahalaan at mamamayan sa sariling kultura?

(2) maliban sa mga paraang nabanggit sa testo, mayroon pang iba?

Aralin 8 Ang Pamahalaan sa Pangangalaga at Pagpapaunlad ng Sariling Kultura

四 课后阅读 Pagbabasa sa Gawain Bahay

Ang Sentrong Pangkultura ng Pilipinas[1]

Isa sa mga pook-pangtanghalan na nangunguna sa ating bansa ang Sentrong Pangkultura ng Pilipinas na mas kilala sa tawag na Cultural Center of the Philipppines o CCP. Ito ay makikita sa Roxas Boulevard, Lungsod ng Pasay. Matatagpuan dito ang museo at aklatan na nagtatanghal ng mga lumang kagamitan at kasuotan ng lahing Pilipino at malaking koleksiyon ng iba't ibang aklat na pansining at pangkultura. Matatagpuan dito ang tatlong tanghalan. Ang Tanghalang Nicanor Abelardo o kilala sa tawag na *Main Theater* na pinagtatanghalan ng mga mang-aawit, manunugtog, at mananayaw na Pilipino at dayuhang artista para sa malaking bilangng mga manonood; *Tanghalang Aurelio Tolentino* na tinawag ding Little Theater; at ang *Tanghalang Joseng Batute* para sa mga dulang maliliit na pagtatanghal at pangmaliliit na bilang ng madla.

Ang Sentro ng Disenyo ng Pilipnas

Ito ay matatagpuan sa CCP Complex sa Roxas Boulevard, Lungsod ng Pasay. Itinayo ito ng pamahalaan upang dito itanghal ang mga orihinal na disenyong Pilipino na gawa sa Pilipinas. Kakaiba ang mga bagay na itinatanghal dito dahil gawa ito mula sa mga lokal at katutubong materyales na matatagpuan sa bansa.

---

① 改编自 Pilipinas: Bayan Ko 4, 第 315—318 页。

Mga Ahensya ng Pamahalaang Nangangalaga ng ating Kultura
National Commission for Culture and Arts (NCCA)

Itinatag ng pamahalaan ang NCCA upang patatagin at paunlarin ang kultura at sining ayong sa mga batas na ipinatutupad ng pamahalaan na kaugnay sa pangangalaga, pagpapanatili, at pagpapaunlad ng sining at kultura sa bansa.

Komisyon ng Wikang Pambansa

Pinangangasiwaan ng komisyong ito ang pagpapaunlad at pagpapayaman ng Wikang Filipino bilang pambansang wika. Ang nagsasagawa rin ito ng pag-aaral at pagpapalaganap ng iba pang wika sa bansa.

Pambansang Komisyong Pangkasaysayan

Ang tanggapang ito ang nangangasiwa sa pagsariwang ng mga mahahalagang pangyayari sa kasaysayan ng ating bansa. Pinapanatili at pinangangalagaan nito ang mga makasaysayang lugar at ang mga itinakdang dambana at bantayog ng bansa. Pinangangalagaan din nito ang mga tala ng kasaysayan at inihahanda ang talambuhay ng mga bayaning Pilipino.

Kaalinsunod ng Atas ng Pangulo Blg. 128 ay nalikha ang National Centennial Commission noong Oktubre 4, 1993 na pinamunuan ng dating pangalawang pangulong si Salvador P. Laurel. Ang komisyong ito ang namahala sa pagplano, pakipag-ugnayan, at pagsakatuparan ng mga programa at proyekto ng pagdiriwang ng ika-100 taon ng kalayaan ng Pilipinas noong Hunyo 12, 1998.

Kaugnayan ng Atas ng Pangulo Blg. 128, isinagawa ang proyekto sa pagbabalik-anyo, pagsasaayos, at pagpapaganda sa mga makasaysayang

Aralin 8 Ang Pamahalaan sa Pangangalaga at Pagpapaunlad ng Sariling Kultura

lugar sa ating bansa na may kaugnayan sa rebolusyon noong 1896 laban sa mga mananakop na Español. Ang proyektong ito ay tinawag na *Centennial Freedom Trail* (CFT). Kinabibilangan ito ng *Pugad Lawin* na kung saan naganap ang pagpunit ng sedula ng mga katipunero, *Pinaglabanan Shrine* sa San Juan, Maynila, Rizal *Shirne* sa Dapitanm Zambongam, *Fort Santiago* Maynila, *Rizal Park*, at ang lugar na pinangyarihan ng unang panalo ng mga rebolusyonaryong Pilipino laban sa mga Español na matatagpuan sa Binakayan, Kawit Cavite.

Pambansang Aklatan

Dito matatagpuan ang iba't ibang koleksyon ng aklat at maraming babasahin tungkol sa kasaysayan ng ating bansa. Ito ay makikita sa T.M. Kalaw, Maynila.

Kagawaran ng Turismo

Ito ang nagsasagawa ng mga programa upang maakit ang mga lokal at dayuhang turista na pasyalan ang magaganda tanawin sa iba't ibang lugar ng Pilipinas. Hinihikayat nito ang mga Pilipino at mga balik-bayan na mag-anyaya ng mga kaibigang turista mula sa ibang bansa upang maglakbay sa Pilipinas. Sa ganitong paraan ay maipakikita natin ang Wealth of Wonders ng ating bansa (WOW Philippines) tulad ng mga makasaysayang lugar, mga lugar na may natatanging industriya, natatanging pagdiriwang, at magagadang pook sa buong kapuluan.

May mga pagtatanghal ding isinasagawa upang ipakita ang natatanging kultura ng bansa tulad ng *Concert at the Park sa Luneta, Paco Park Concert*, at iba pang mga pagtatanghal na isinasagawa sa Intramuros, Fort Santiago, at Raha Sulayman Theater sa pakikiisa ng

Kagawaran ng Turismo at ibang ahensya.

Kagawaran ng Kalakal at Industriya

Pinangangasiwaan nito ang pagpapaunlad ng mga kalakal at industriya sa bansa. Nakikipagtulungan ito sa kagawaran ng Turismo upang magsagawa ng mga eksposisyon o pagtatanghal ng mga natatanging produkto mula sa iba't ibang rehiyon ng Pilipinas. Hinihikayat din ang mga Pilipino at mga dayuhang turista na bumili ng mga produktong ipinagmamalaki ng mga Pilipino.

Kagawaran ng Edukasyon

Tungkulin nitong paunlarin ang kalidad ng edukasyon upang magamit sa pagsulong ng bansa. Sa pamamagitan ng edukasyon ay naipapalaganap ang kultura't tradisyon ng bansa.

Aralin 9 Dalawang Alamat ng Pilipinas

一 课文 Testo

1. Kung Paano Nagsimula ang Hagdang-Hagdang Palayan ng mga Ipugaw (Pagkagawa ng Hagdan-hagdang Palayan ng mga Ipugaw)[1]

Ang guro sa banaue ay kinakausap ng isang lider ng sitio. Ang sabi ng lider, "Ipinagmamalaki ng Banaue ang kanyang alamat na bantog na bantog sa buong Bulubundukin. Ang Ifugao Rice Terraces ay ikawalong himala sa daigdig. Alam mo ba kung paano nagmula ito?"

Si G. Malintong, ang guro ay sumagot, " Ikinalulungkot ko. Di ko po alam. Gusto ko sanang pakinggan."

Nagsimula ng pagkukuwento ang lider samantalang ngunguya-nguya ng buyo.

" Noon pang kauna-unahang panahon ang mga tao sa Bulubundukin ay may mga kaya sa buhay. Dahil sa kanilang kasaganaan nakalimot tuloy sa Diyos. Si Kabunian ay nagalit kaya pinarusahan ang mga mamamayan. Umulan nang walang patid kaya nagkaroon ng malaking baha. Tumaas nang tumaas ang tubig hanggang sa walang nakikita sa paligid liban sa mga bundok ng Pulog at ng Anuyao. Ang lahat ng maybuhay ay

---

① 改编自Mga 55 Piling Alamat ng Pilipinas, Pablo M. Cuasay, National Book Store, 1991, 第73—75页。

nangalunod. Namatay ang lahat ng tao at ang nakaligtas lamang ay si Wigan at si Bugan na magkapatid. Sila'y nakaligtas sa malagim na kamatayan sapagka't si Wigan ay nagpunta sa bundok ng Pulog at si Bugan nama'y sa bundok ng Anuyao. Nais magluto ni Wigan subali't walang apoy. Kanyang natanaw s may liwanag na nagmumula sa bundok ng Anuyao. Kahit di pa gasinong kumakati ang baha, kanyang nilangoy ang bundok. Siya'y tinanggap ni Bugan nang buong kasiyahan.

Nang sumunod na araw humupa nang patuluyan ang baha kaya ang dalawa'y lumusong sa bundok ng Anuyao. Sapagka't napag-alaman nila na walang natira sa kanilang tribo, nang magpatuloy ang buhay, sila'y nagsama bilang mag-asawa. Nagkaanak sila ng dalawa: si Duntigan at si Inhabian. Ang dalawang ito'y nag-isang-dibdib, pati ang kanilang mga inanak ay nagpangasawahan din kaya hindi nagtagal at dumami ang tao.

Lumipas ang mga taon. Isang araw si Kabagan, isa sa mga apo ni Duntugan ay nagtanim ng palay sa banlikan. Ang Dakilang Diyos ay nagpakita sa kanya at nagsalita, " Kilala kitang mabuting tao. Dapat gantimpalaan kita sa iyong trabaho. Kung susundin mo ang aking mga tagubilin, kakasihan ka ng mga Diyoses."

"Anong gusto mong gawin ko, Kabunian?"

Ang Dakilang Diyos ay sumagot, " Sabihin mo sa mga tao na gumawa ng cañao araw at gabi nang tatlong araw na singkad upang ako'y ipagbunyi. Kung ako'y masiyahan, uunlad ang iyong tribo."

Ipinagbigay-alam ni Kabagan sa ulo ng tribo ang kanyang narinig.

Nagsimula ang paghahanda hanggang sa matupad ang nasabing seremonya kay Kabunian.

Kinabukasan, si Kabagan ay nagpunta sa kanyang taniman ng palay. Samantalang nagtatrabaho, napakita uli sa kanya si Kabunian. Siya'y nagsalita, "Mabuti, Anak. Ako'y nasiyahan sa inyong parangal. Makinig ka. Ito ang aking gantimpala. Kita'y bibigayan ng ilang supling ng palay na kung tawagi'y inbagar. Kinuha ko ito sa mahiwagang batis. Itanim mo sa iyong tumana. Ang tumana sa lahat ng oras ay dapat laging puno ng tubig. Magtayo ka ng dike sa paligid ng iyong taniman. Ang malapot na putik at mga batumbuhay na yaon," tuloy turo sa duminding, " ay kaloob ng Diyos. Sundin mo ang aking tagubilin at umasa kang ang mga teres ay makikipagtagalan sa panahon."

"Salamat po, Diyos ko," ang sagot ni Kabagan nang buong pakumbaba.

Nagsimulang magtayo ng dike si Kabagan. Kanyang itinayo ang teres ng palay ayon sa tagubilin ni Kabunian. Nagsigaya ang mga kapitbahay ni Kabagan. Ang lahat ay tumulad hanggang sa ang buong Ipugaw ay natalikupan ng mga teres na ngayo'y ating ipinagmalaki—hagdan-hagdang taniman ng palay na itanayo ng ating mga ninuno, isang obra maestra ng inhenyeriya.

2. Alamat nina Tungkung Langit at Alunsina

Isa sa mga kuwento ng pagkakalikha sa daigdig na hindi kinapapagurang isalaysay ng mga matatanda ng Panay, lalo na nilang mga nakatira malapit sa kabundukan, ang nagsasabing sa simula ay wala pang langit o lupa, kundi isang walang hanggang karimlan at isang daigdig ng hamog. Walang hugis o anyo ang lahat – halos magkakahalo ang lupa, langit, dagat, at hangin. Sa madaling sabi, umiral ang kawalang-kaayusan.

Sa gitna nitong walang hugis na karimlan, may sumulpot na dalawang diwata, sina Tungkung Langit at Alunsina. Kung saan nanggaling ang dalawang diwatang ito, walang nakaaalam. Subalit may nagsabing umibig si Tungkung Langit kay Alunsina at matapos ang maraming taon ng panunuyo, ikinasal sila at nanirahan sa pinakamataas na lugar sa kalangitan, kung saan laging mainit ang tubig at laging malamig ang hangin. Dito unang umiral ang ritmo at kaayusan.

  Si Tungkung Langit ay isang masipag, mapagmahal at mabait na diwatang ang unang inaalala ay kung paano mapaiiral ang kaayusan sa magulong lagay ng mga bagay. Iniatas niya sa sarili ang ritmo at daloy ng daigdig. Si Alunsina naman ay isang tamad, panibughuin, at makasariling diyosa na ang tanging gawain ay sumilip sa durungawan ng kanilang tahanan at libangin ang sarili sa mga walang kabuluhang iniisip. Minsan, pumapanaog siya sa bahay, umuupo sa isang lawa malapit sa pintuan at buong araw na sinusuklay ang mahaba at maitim na buhok.

  Isang araw, sinabihan ni Tungkung Langit ang asawa na malalayo siya sa kanilang tahanan upang ayusin ang gulo sa daloy ng panahon at kaayusan ng mga bagay. Ngunit sa kabila ng layong ito, ipinadala ni Alunsina ang hangin upang sundan si Tungkung Langit. Nang matuklasan ito ng huli, labis siyang nagalit. Nang makabalik siya mula sa paglalakbay, agad na kinausap ni Tungkung Langit si Alunsina tungkol dito at sinabing hindi gawain ng isang diwata ang manibugho, dahil wala namang ibang nilalang sa daigdig bukod sa kanilang dalawa. Ikinagalit ito ni Alunsina at nagsimula silang mag-away.

  Hindi nakapagpigil si Tungkung Langit. Sa galit niya, inalisan niya ng kapangyarihan ang asawa at pinalayas. Hindi niya alam kung saan nagtungo si Alunsina; bigla lamang itong nawala.

  Makalipas ang maraming araw matapos lumisan si Alunsina, nakaramdam si Tungkung Langit ng pangungulila. Nabatid niya kung ano ang ginawa niya. Huli na upang magsisi pa sa mga nangyari. Ang tahanan nila na minsang naging masigla dahil sa magandang tinig ni

Alunsina ay biglang naging malamig at malungkot. Tuwing nagigising si Tungkung Langit sa umaga, natatagpuan niya ang sarili na nag-iisa; tuwing hapon naman at umuuwi siya, nararamdaman niyang gumagapang ang kalungkutan patungo sa kaniyang puso dahil walang sumasalubong sa kaniya sa tarangkahan o nagpapagaling sa kaniyang nananakit na mga braso.

Ilang buwang namuhay si Tungkung Langit sa kalungkutan. Kahit anong pilit ay hindi niya mahanap si Alunsina. Nainis siya at nagpasyang kailangang may gawin siya upang maibsan ang pangungulila. Ilang buwan siyang nag-isip. Tila walang patutunguhan ang pag-iisip niya; malubha at pagod na ang puso niya. Ngunit kailangang may gawin siya sa kaniyang malungkot na daigdig.

Isang araw, habang naglalakbay sa mga ulap, dinatnan siya ng isang ideya. Gagawin niya ang karagatan at kalupaan. At biglang lumitaw ang karagatan at kalupaan. Subalit nang makita niya ang mapanglaw na dagat at tuyot na lupa ay nainis siya at bumaba sa lupa para tamnan ito ng mga puno at bulaklak. Kinuha niya ang mga pinakaiingatang hiyas ng asawa at isinaboy ang mga ito sa kalangitan, umaasang kung makita ni Alunsina ang mga ito ay baka sakaling bumalik sa kanilang tahanan. Naging mga bituin ang kuwintas ng diwata, naging buwan ang suklay, naging araw ang korona. Ngunit sa kabila nito, hindi bumalik si Alunsina.

Hanggang ngayon, sinasabi ng mga matatanda na mag-isang nakatira si Tungkung Langit sa palasyo niya sa langit. Minsan, iniluluha niya ang kalungkutan at bumabagsak ang mga patak sa lupa. Sinasabi ng mga taga-Panay na luha ni Tungkung Langit ang ulan. Tuwing kukulog naman nang malakas, sinasabi ng matatandang si Tungkung Langit iyon, tumatangis, tinatawag ang mahal na si Alunsina upang bumalik na, tinatawag nang ubod nang lakas na nakaaabot ang tinig niya sa mga taniman at kabayanan.

二 单词表 Talasalitaan

sitio	村社
ngunguya-nguya	嚼了又嚼
buyo	蒌叶（嚼槟榔时使用）
patid	中断
nangalunod	淹没
malagim	悲伤的
gasino	没多少，不多
kumakati	退潮
humapa	减退
lumusong	下山，下去
nagpangasawahan	成婚
banlikan	水坑
gantimpalaan	回报
tagubilin	指示，劝告
kakasihan	有利于
cañao	一种庆祝仪式
singkad	完整
ipagbunyi	荣耀
supling	苗，芽
batis	泉，溪
tumana	耕地
duminding	砌墙

Aralin 9　Dalawang Alamat ng Pilipinas

pakumbaba	谦虚
natalikupan	点缀
obra maestra ng inhenyeriya	工程杰作
kaputol	切块
kinapapaguran	让人疲惫地
karimlan	黑暗
sumulpot	突然出现，闪现
ritmo	韵律
panibughuin	嫉妒的
durungawan	探身望处，窗口
pumapanaog	降临
pangungulila	孤单
maibsan	减轻，放下
nakapagpigil	停止
patak	（水）滴落
kabayanan	家园

三　练习　Pangkasanayan

1. Sagutin ang mga sumusunod na tanong ayon sa sinabi sa unang alamat.

(1) Bakit nagkaroon ng baha sa Bulubundukin?

(2) Bakit nagsama si Wigan at si Bugan bilang mag-asawa gayong sila'y magkapatid?

(3) Sino si Duntugan? Bakit nagpakita sa kanya ang Dakilang Bathala?

(4) Ano ang ibinigay ng Diyos kay Duntugan?

(5) Paano nayari ang mga dike sa Bulubundukin?

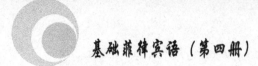

(6) Bakit itinuturing na ikawalong himala ng daigdig ang mga hagdan-hadgang palayan ng mga Ipugaw?

2. Sagutin ang mga sumusunod na tanong ayon sa sinabi sa ikalawang alamat.

(1) Saang bahagi o rehiyon ng Pilipinas matatagpuan ang Panay, kung saan nagmula ang mito na ito?

(2) Ano ang mito bilang isang anyo ng akda o testo? Ano ang elemento o katangian ng isang mito?

(3) Paano inilarawan sa mito ang dalawang diwata na sina Tungkung Langit at Alunsina? Ano ang mga katangian ng bawat isa?

(4) Ano ang kabuluhan ng ritmo at kaayusan sa kuwento ng dalawang diwata? Ano ang ipinahihiwatig na kabuluhan ng kuwento ng dalawang diwata sa ritmo at kaayusan ng daigdig?

四 课后阅读　Pagbabasa sa Gawain Bahay

KUWENTO NG PAGONG AT NG MATSING ni Jose Rizal[①]

　　Isang araw ay nakasagip ang pagong at ang matsing ng isang puno ng saging na lulutang-lutang sa mga alon ng isang ilog. Ang nasagip ay isang napakagandang puno, may mga malalapad na dahong luntian at may mga ugat na para bagang kabubunot lamang ng isang bagyo. Ang puno'y iniahon nila sa pampang.

　　"Ito'y paghatiin nating dalawa," anang pagong, "at itanim ng bawat isa sa atin ang kani-kanyang kaputol."

---

① 改编自外籍教师 Ariel Diccion 自编讲义。

Aralin 9 Dalawang Alamat ng Pilipinas

"Yao'y hinati nila sa gitna, at kinuha ng matsing, na siyang lalong malakas sa dalawa, ang dakong itaas ng puno, sa pag-aakala niyang ito'y lalong madaling lalaki dahil sa may mga dahon na. Naiwan sa pagong, na siyang lalong mahina sa dalawa, ang dakong ibaba, na pangit sa paningin, bagama't may mga ugat. Pagkaraan ng ilang araw, ay nagkasalubong sila.

"Ano ba, Ginoong Matsing," anang pagong, "kumusta ang inyong punong-saging?"

"Sa aba ko," ang tugon ng matsing, "matagal nang namatay. At ang inyo, kumusta naman, Binibining Pagong?"

"Aba, napakainam po; may mga dahon at may bunga. Ang masama lamang ay hindi ako makaakyat upang pitasin iyon."

"Huwag ninyong ikabahala iyan," anang mapaghinalang matsing, "ako ang aakyat at pipitasin ko ang mga bunga para sa inyo."

"Para na ninyong awa, Ginoong Matsing," ang buong pasasalamat na tugon ng pagong.

At silang dalawa'y nagtungo sa bahay ng pagong.

Pagkakitang-pagkakita ng matsing sa mga dilaw na dilaw na bungang nakabitin sa pagitan ng malalapad na luntiang dahon, ay umakyat agad at nagsimulang, mamitas, nanginain at lumulon nang buong bilis na maaaring magawa niya.

"Nguni't bigyan mo naman ako ng ilan," ang samo ng pagong nang makitang hindi siya pinapansin kahit bahagya ng matsing.

"Kahit na kapirasong balat kung ito'y maaaring makain ay hindi kita bibigyan," ang pakli ng pagong na ang magkabilang pisngi'y namumuwalan sa saging.

Nag-isip-isip ang pagong kung paano siya makapaghihiganti. Tumungo siya sa ilog, namulot ng ilang matutulis na susô at ang mga ito'y itinusok niya sa paligid-ligid ng punong-saging. Pagkatapos ay nagtago sa ilalim ng isang bao. Nang bumaba ang matsing, ay napagtimo ang buong katawan niya at nagdurugo.

Hinanap niya ang pagong, at natagpuan niya pagkaraan ng matagal na paghanap.

"Ikaw, hamak na nilikha, narito ka pala!" aniya. "Dapat kang magbayad ngayon sa iyong kasamaan; dapat kang mamatay. Datapwa't sa dahilang napakagandang loob ako, ikaw na ang papipiliin ko ng uri ng kamatayang iyong mananais. Ikaw ba'y babayuhin ko sa isang lusong o itatapon kita sa tubig? Alin ang pinipili mo?"

"Ang lusong, ang lusong," ang tugong ng pagong, "ako'y takut na takot na malunod."

"Aha!" ang halakhak ng matsing, "siya nga ba? Natatakot kang malunod! Kung gayon ay lulunurin kita."

At tumungo sa baybayin ng ilog ang matsing, iwinasiwas ang pagong at inihagis ito sa ilog. Nguni't hindi nagluwat at lumitaw ang pagong na lumalangoy at humahalakhak sa napaglalangang mapanlinlang na matsing.

练习 Pangkasanayan

Sagutin ang mga tanong.
(1) Ano ang kinakailangan ni Matsing kay Pagong?
(2) Bakit nag-awag sina Matsing at Pagong?
(3) Sino ang mas marunong sa isipan sa kanilang dalawa? At Bakit?

Aralin 10　Ang Pinagmulan ng Pilipinas at Lahing Kayumanggi[①]

一　课文　Testo

　　Iba't iba ang pala-palagay tungkol sa pinagmulan ng Pilipinas. Ayon sa mga palaaral ng balatlupa, noong unang panahon, ang Pilipinas ay bahagi ng Asya. Walang dagat na namamagitna sa Asya at sa Pilipinas. Nguni't dahil sa pagguho ng lupa, lindo, pagputok ng bulkan at pagbaha ng yelo, ang bahagi ng lupang nag-uugnay ng Pilipinas sa Asya ay bumaba o gumuho at ngayon ang nakikita natin sa lugal niyan ay tubig.

　　May mga nagpapatotoo na ang Pilipinas ay bahagi nga ng Asya noong unang panahon sapagkat kamakailan ay may natuklasang mga bungo ng hayop sa bundok ng Cordillera. Ang mga hayop na tulad nito ay doon lamang nakikita ngayon sa Asya at wala sa Pilipinas.

　　Alinsunod naman sa mga mananalaysay, ang Pilipinas daw noong kauna-unahang panahon ay bahagi labi ng malaking lupalop na lumubog sa dagat ng India na kung tawagi'y Lemuria at ayon naman sa iba, ito raw marahil ay bahagi ng nawalang lupalop Pacifico na kung tawagi'y Mu[②].

　　Ayon naman sa ating matandang alamat, noong unang panahon ay walang lupa kundi langit lamang at tubig. May isa raw uwak na walang

---
① 改编自Mga 55 Piling Alamat ng Pilipinas, Pablo M. Cuasay, National Book Store, 1991, 第1—5页。
② 原书作 Hu，编者认为应为 19 世纪西方传说中的姆大陆（Mu continent）。

madapuan. Naisipan ng uwak na papaglabanin ang langit at dagat. Nagkaroon nga ng labanan. Malalaking alon ang isinaboy ng dagat sa langit. Ang langit nama'y naghulog ng malalaking bato sa dagat. Sa mga batong ito nagmula ang lupa. Isa sa mga pulo ng lupang naturan ay ang Pilipinas.

Ang isa pang kinawiwilihang alamat tungkol sa pinagmulan ng Pilipinas ay ang tungkol kina Silalak at Sibabay. Nang lalangin daw ang mundo ng Punong Pinagmulan ang inunang lalangin ay dagat at langit. Pagka't wala pang husay noon sa daigdig, ang Punong Pinagmulan ay malulungkutin. Sa kanyang kalungkutan ay napaluha. Dalawang patak na luha ang nalaglag sa papawirin at iya'y naging ibon. Sapagka't walang pulong madapuan ang ibon, naibulong ng Punong Pinagmulan ang, "Nais kong magkaroon ng lupa at kakahuyang dapat madapuan ng ibon." Halos hindi pa nasasabi ito, nang sa di-kawasa, nagkalupa at gubat.

Ayon sa alamat, isa raw araw, sa puno ng kawayan sa lupang naturan, dumapo ang ibon. Tinuktok ng ibon ang isang biyas na kawayan. Wari'y may mahiwagang tinig na narinig, "Lakasan mo ang pagtuktok." Nang tuktukin nang buong lakas ang biyas ng kawayan, nabiyak ito at lumabas ang kauna-unahang lalaki. Siya ay si Silalak. Isinunod ng ibon ang pagtuktok sa isa pang biyas ng kawayan. Nang mabiyak ang kawayan, lumabas naman ang kauna-unahang babae. Siya ay si Sibabay.

Samantala, mayroon ding interesadong alamat tungkol sa pinagmulan ng lahing kayumanggi. Ang Amang Diyos nang bagong lalang ang mundo ay malulungkutin. Kanyang sinabi sa sarili, "Upang huwag akong malungkot, kailangang magkatao ang daigdig. Gagawa ako ng tao."

Pagkasabi nito, siya'y naghanda ng malaking hurno. Dito niya lulutuin ang gagawing tao. Siya'y kumipil ng dalawang dakot na lupa,

Aralin 10 Ang Pinagmulan ng Pilipinas at Lahing Kayumanggi

katulad ng lupang pulang ginagamit sa paggawa ng palayok. Ang kipil na lupa ay ginawang hugis-tao. Pagka't ang nais niyang lumabas na tao ay kayumanggi, kaya hinaluan niya ng atsuwiti ang putik saka ito inilagay sa hurno.

Matamang tinanuran ng Amang Diyos ang pagluluto nguni't sa katapusa'y nakita niyang ang lumabas na lalaki at babae ay mapula. "Tila lumabis ng inihalo kong atsuwiti," ang bulong niya "Nguni't sayang naman kung itatapon ko sila." Hiningahan ng buhay ang dalawang kalulutong hugis-tao kaya ang mga ito ay naging kauna-unahang mag-asawang Indiyan sa daigdig. Sila'y inilagay sa isang pulo.

"Ang ibig ko'y kulay kayumanggi. Iyan ang aking gagawin," sabi ng Amang Diyos. Pagkasabi nito'y muli na naming kumipil ng dalawang dakot na putik. Ngayon ang isinama niya'y katas ng luya. Nang mahugisan, inilagay ang mga ito sa hurno upang lutuin. Nang maluto, hinango ng Amang Diyos sa hurno ang dalawang hugis-tao. Sila'y hiningahan ng buhay. Ang lumabas ay mag-asawang ang kulay ay dilaw. Nanghinayang siya itapon ang mga ito kaya sila'y inilagay sa isang pulo. Ang mag-asawang iyan ang pinanggalingan ng mga Intsik at Hapon.

Hindi naglubay ang Poong Diyos hangga't hindi siya makalikha ng taong kulay kayumanggi. "Marahil ako'y magtatagumpay kung hindi ko masahing may kahalong kulay. Akin na lamang pagbubutihin ang luto sa apoy," ang pangngatwiran.

Muli na namang kumipil ng lupa, hinugisan at inilagay sa hurno. Nakita niyang wala nang apoy sa hurno. Kanyang pamuling nilagyan ng gatong. Napalabis ang gatong kaya naging mainit na mainit ang hurno. May paniniwala ang Amang Diyos na ang pagluluto nito'y kasintagal din ng mga nauna, kaya sa paghihintay niya, lumabis ang pagkakaluto.

May naamoy siyang nasusunog. Dali-daling hinango at ano ang kanyang Nakita? Maitim at sunog na sunog ang mga tau-tauhang inilagay sa hurno. Pati mga buhok nila'y sunog at kulot. Nanghinayang ang Poong Maykapal na itapon ang kanyang pinaghirapan. Ang mga ito'y hiningahan ng buhay kaya ang dalawa'y naging tao. Sila'y inilagay sa isang lunan upang doon mamuhay. Sila ang pinagmulan ng mga negro.

    Hindi nawalan ng pag-asa ang Poong Bathala na siya'y makalikha ng taong ang kulay ay kayumanggi. "Ang kulay kayumanggi ang gusto ko. Pakaiingatan ko ngayon ang pagluluto. Hindi ko pakaiinitin ang hurno. Katamtaman lamang na gatong ang aking ilalagay." At sinunod na nga ang lahat ng pag-iingat. Muling kumipil ng dalawang tau-tauhan, hinugisan, pinagyaman, saka inilagay sa hurno. Tila naman kakaunti ang apoy at sa takot na baka lumabis ang pagkakaluto, hinango kaagad. Sapagka't hindi pa luto kaya ang dalawang tau-tauhan ay maputi. Katulad ng mga nauna, ayaw itapon sa panghihinayang. Matapos hingahan ng buhay, sila'y inilagay sa isang pulo. Sila ang pinagmulan ng mga Amerikano at Europeo.

    Muli na naming kumipil ng dalawang dakot na lupa ang Poong Ama at nagsalita, "Hindi ako tutugot hangga't hindi ako nakagagawa ng taong kulay kayumanggi. Sila ang aking pinakamamahal. Lalo akong magiging maingat ngayon, pagsisikapan kong huwag nang maulit pa ang aking kamalian tulad ng mga nauna."

    Sa madali't sabi, sa katapus-tapos'y ang naluto sa hurno ay mag-asawang kayumanggi. Sila'y hiningahan ng buhay at nariyan ang kinagigiliwang kulay, kayumanggi, hindi sunog ni hindi hilaw, samakatuwid, katamtaman. At sapagka't pinakamamahal ng Diyos ang kulay kayumanggi, ang mag-asawa'y pinapamuhay sa isang katangi-

Aralin 10 Ang Pinagmulan ng Pilipinas at Lahing Kayumanggi

tanging pulo, pulo ng yaman at kaligayahan. Iyan ang pulo ng Pilipinas na Perlas ng Silangan. Sa mag-asawang ito nagmula ang lahing Filipino, lahing kayumanggi.

二 单词表 Talasalitaan

palaaral	研究
balatlupa	地表
malalaking lupalop	大陆，大洲
lalangin	创造
Punong Pinagmulan	创世树，宇宙树
nalaglag	落下
papawirin	天空
hurno	烤炉
dakot	一把，一撮
atsuwiti	一种灌木
mataman	耐心的
kumipil	塑形
tau-tauhan	人形物体
hinango	移开
naglubay	停止
masahin	搓揉
pinagyaman	小心处置
tutugot	停止
pagsisikapan	努力
samakatuwid	于是，所以

三 练习　Pangkasanayan

Sagutin ang mga tanong.

(1) Tunay bang ang Pilipinas noong unang panahon ay bahagi ng Asya? Patunayan ayon sa mga nababanggit sa testo.

(2) Anu-ano ang mga ginawa ng ibon sa alamat?

(3) Bakit nilalang ng Diyos ang mga tao?

(4) Anong kulay ng tao ang ibig gawin ng Diyos? Bakit?

(5) Bakit nagkaroon ng mga taong pula, dilaw, itim at puti? Saan-saan sila pinapamuhay?

(6) Saan inilagay ang lahing kayumanggi? Bakit ganoon?

四　课后阅读　Pagbabasa sa Gawain Bahay

United Nations Humanitarian Country Team, Naglunsad ng Palatuntunan Para sa mga Nasalanta ng Bagyo[①]

　　Mangangailangan ng $ 301 milyon ang action plan na inilunsad ng Humanitarian Country Team ng United Nations upang makapagbigay ng makapagliligtas ng buhay na mga kagamitan at matustusan ang paglilingkod sa may 11,300,000 kataong apektado ng super typhoon "Yolanda" na nanalanta sa siyam sa 17 rehiyon ng bansa noong Biyernes.

　　Sa kanyang talumpati, sinabi ni Kalihim Albert F. Del Rosario na isa sa pinakamatinding dagok ng kalikasan ang naranasan ng bansa kahit

---

① http://filipino.cri.cn/301/2013/11/13/101s124392.htm, 2013年11月13日新闻。访问时间：2018年9月25日。

Aralin 10 Ang Pinagmulan ng Pilipinas at Lahing Kayumanggi

pa hindi na bago ang Pilipinas at mga Pilipino sa hagupit ng kalikasan. Napakalawak ng epekto nito sa humanitarian at financial standpoint na hindi maihahambing sa mga nakalipas na trahedya. Halos apat na ulit ang lakas ni "Yolanda" kay Hurricane Katrina na puminsala sa New Orleans sa Estados Unidos noong 2005.

Idinagdag ni Kalihim del Rosario na kamakalawa ng gabi ay nakatanggap siya ng tawag mula kay UN Secretary General Ban Ki-Moon na nagpaabot ng pakikiramay at pakikiisa. Ipinangako ni G. Ban na gagawin ng United Nations ang lahat upang makatulong. Naiparating na umano ng secretary general ang kalagayan ng bansa at mga biktima sa 193 kasaping bansa sa kanyang talumpati. Ang pagdalo ni Baroness Amos sa pagtitipon kahapon ng hapon sa Department of Foreign Affairs ay pagpapakita ng pagpapahalaga ng United Nations sa kinakaharap na pagsubok ng Pilipinas.

Idinagdag ni Kalihim del Rosario na umaasa siyang magpapatuloy ang pagtutulungan ng United Nations at ng Pilipinas sa magkasunod na trahedyang tumama, mula sa napakalakas na lindol sa Bohol at Cebu noong Oktubre at sa bagyong humampas sa gitnang bahagi ng Pilipinas. Nakapagpalabas na ang UN Humanitarian Country Team ng US $ 25 milyon upang masimulan ang kanilang operasyon.

Nakikita umano sa hagupit ni "Yolanda" ang pagbabago sa weather patterns. Patuloy na pinahahalagahan ng Pilipinas ang UN Framework Convention on Climate Change.

Ayon sa United Nations, pinakamalubhang naapektuhan ang mga lalawigan ng Samar, Leyte, Cebu, Iloilo, Capiz, Aklan at Palawan. Binuksan na kahapon ang paliparan sa Guiuan, Eastern Samar, ang unang tinamaan ng super typhoon, para sa humanitarian operations.

Naunang naideklara noong Lunes ni Pangulong Benigno Simeon C. Aquino III ang national state of calamity. Nabatid ng United Nations na hanggang dalawang araw na lamang ang tubig sa Busuanga, isang bayan sa hilagang Palawan.

Mga banyaga, nadamay sa trahedya sa Tacloban

Matinding takot ang nadama ng mga Vietnamese nationals na naninirahan sa Tacloban City matapos hagupitin ng bagyong "Yolanda."

Nagmamakaawang tumawag sa Than Nien News hotline ang isang Vietnamese national at humihingi ng pagkain at tubig.

Si Nguyen Van An, 33 taong gulang, ay nagsabing lahat ng mga Vietnamese adults at mga bata sa Tacloban City ay ligtas subalit nagugutom na at nawalan ng lahat ng ari-arian.

Idinagdag pa ni An na nagsama-sama ang mga Vietnamese sa likod ng isang supermarket, anim na kilometro mula sa paliparan ng Tacloban. Karamihan sa kanilang tahanan ay 'di na mapapakinabangan. Trapal na lamang ang kanilang bubong.

Nasugatan sina Nguyen Duc Duy, 29 na taong gulang at ang kanyang bayaw na si Phat. Ibinalita pa ni An na nangangamba silang hindi makatanggap ng pagkain sapagkat magulo sa Tacloban City. Nawala na rin ang kanilang mga dokumento. Nais na nilang bumalik sa Vietnam.

Nawalan na rin sila ng contact sa kanilang mga kababayang naninirahan sa Samar. Mayroon ding 50 mga Vietnamese sa Biliran Province.

Mayroon umanong 1,000 mga Vietnamese na naniirahan sa Pilipinas at wala pang balita kung nakasama sila sa casualties na idinulot ni "Yolanda." May 14 ng Vietnamese nationals ang namatay pagdating ng

Aralin 10 Ang Pinagmulan ng Pilipinas at Lahing Kayumanggi

bagyo sa Vietnam.

Lumahok na rin ang Vietnam sa mga nag-ambag sa pangangailangan ng Pilipinas. Nagpadala na sila ng US $ 100,000 sa Maynila.

Mga biktima ni "Yolanda" tumaas

Sinabi ni Defense Undersecretary at National Disaster Risk Reduction and Management Center Executive Director Eduardo D. del Rosario na umabot na sa 1,833 ang nasawi samantalang may 2,623 ang nasugatan at may 84 na nawawala matapos hagupitin ng super typhoon "Yolanda" ang central Philippines noong Biyernes.

Tinatayang may P 761 milyon ang pinsalang idinulot ng bagyo sa pagawaing bayan at mga produkto ng mga sakahan kahit wala pang detalyes ang nababanggit. Ang mga lalawigan sa Southern Tagalog, MIMAROPA, mga bahagi ng Bicol, Central at Eastern Visayas at CARAGA ang nakararanas pa ng power outages. Nakabalik na ang kuryente sa buong Negros Oriental.

Ibinalita na rin ng Civil Aviation Authority of the Philippines na bukas na ang lahat ng paliparan sa bansa. Ang Tacloban Airport ay bukas na rin bagama't limitado sa mga turbo-prop airplanes ang pinapayagang maglakbay patungo sa Leyte.

Binuksan din ang paliparan sa Guiuan, Eastern Samar upang magamit sa pagdadala ng mga relief supplies sa lalawigang malubhang tinamaan ng bagyo.

Pangulong Xi Jinping, lumiham kay Pangulong Aquino

Lumiham si Chinese President Xi Jinping kay Pangulong Benigno Simeon C. Aquino III at nagpaabot ng pakikiramay sa mga nasalanta ni

"Yolanda" noong nakalipas na Biyernes.

Ikinalungkot ni Pangulong Xi ang pagkasawi ng maraming mga mamamayan at malaking kawalan sa pamahalaan at mga naging biktima. Ipinarating niya ang mensahe sa ngalan ng mga mamamayang Tsino.

Binanggit ni Pangulong Xi na siya'y umaasang makalalampas ang mga mamamayan sa matinding pagsubok at makabalik sa normal na buhay sa pinakamadaling panahon.

Maliban sa donasyon ng China Red Cross, ang Pamahalaan ng Tsina ay naglaan ng US $ 100,000 para sa Pamahalaan ng Pilipinas. Mayroon ding in-kind assistance na inihahanda ang pamahalaang Tsino.

Ayon kay G. Zhang Hua, nagtamo rin ng pinsala ang Tsina mula kay "Haiyan" at batid nila ang paghihirap ng mga naging biktima.

Naglaan ng salapi ang Asian Development Bank

May nakahandang $23 milyon na grants ang Asian Development Bank upang matugunan ang pangangailangan dulot ng pinsalang mula kay "Yolanda." Sa isang press briefing, sinabi ni Pangulong Takehiko Nakao na nakikipagtulungan ang ADB sa pamahalaan at iba pang international agencies na natutulong upang makabalik sa maayos na pamumuhay ang may 11 milyong kataong apektado ng super typhoon.

Sa salaping $ 23 milyon para sa madaliang relief assistance, $ 3 milyon ang mula sa Asia Pacific Disaster Response Fund, ang emergency assistance facility ng bangko, at $ 20 milyon ang mula sa Japan Fund for Poverty Reduction, isang trust fund na pinangangasiwaan ng Pamahalaang Hapones. Makakasama ng ADB ang partner agencies.

Handa rin silang magpahiram ng hanggang US $500 milyon para sa iba't ibang mga proyekto.

Aralin 10   Ang Pinagmulan ng Pilipinas at Lahing Kayumanggi

Mga kawal, naglilinis na ng mga lansangan

Nagsimula nang maglinis ng mga lansangan ang mga kawal mula sa Military Engineers at 1st Special Forces battalion ng Philippine Army. Nilinis nila ang mga lansangan sa Tacloban upang makadaan ang mga mamamayan sa mga lansangan at madaling maihatid ang relief goods sa mga biktima ng bagyo.

Dumating ang mga kawal kahapon at kamakalawan upang tumulong sa Humanitarian Assistance and Disaster Response at makatulong sa mga nangangailangan ng clearing operations, paglilikas at paghahanap sa mga naging biktima.

Dalawang koponan ang dumating sa Tacloban, mula noong Lunes at kahapon. Madaragdagan ang mga sundalo sa mga susunod na araw.

May 11 mga M-35 trucks ang ipinahiram ng Philippine Army at darating ngayong mga oras na ito sa Tacloban at Guiuan Eastern Samar. Ginagamitan na rin ng helicopters ang malalayong pook upang pagdalhan ng mga pagkain.

Samantala, nagpahiram ang Estados Unidos ng isang C-130 cargo plane at dalawang Osprey aircraft na sinakyan ng mga kagamitan mula Maynila hanggang Mactan. Mayroon nang mula apat hanggang pitong sorties ang mga Americano sa loob at labas ng Tacloban City.

Mga Pinoy sa Saudi, makakauwi na sa bansa

Higit sa 600 mga kababaihan at bata ang darating mula Saudi Arabia sa susunod na ilang araw. Ito ang balita mula kay Pangalawang Pangulong Jejomar C. Binay.

Sa isang pahayag, sinabi ni G. Binay na ibinalita ni Consul General Uriel Garibay ng Philippine Consulate sa Jeddah na mayroong 455 na

Pilipina at 189 na kabataan ang dinala sa Al Shumaisy deportation center upang maproseso at makalabas ng kaharian.

Di tulad ng mga balitang kumalat sa Saudi Arabia, ang mga Filipinong ito at kanilang mga anak, ay 'di dinakip sapagkat sumama sila patungo sa deportation facilities sa Al Shumaisy.

Dinala sila sa deportation center matapos mabalitaang tumatanggap sila ng mga illegal OFWs. Nagtulungan ang Consulate ng Pilipinas sa Saudi Ministry of Foreign Affairs at mga immigration authorities na nagtulungan upang makasakay sa mga bus ang mga Pilipinong pauuwiin na sa bansa.

Ang deportation center sa Al Shumaisy ang kaiisa-isang pook sa Jeddah na nagpoproseso ng mga OFW upang makauwi sa Pilipinas. Mananatili sila roon hanggang sa maihanda ang kanilang eroplanong sasakyan. Mas maganda ang matitirhan nila kaysa sa mga tolda sa iba't ibang bahagi ng lungsod.

Pagbabasbas sa mga labi, inaasahang nagawa

Umaasa si Msgr. Joselito Asis, secretary general ng Catholic Bishops Conference of the Philippines, na nagampanan ng mga pari ang pagbabasbas sa mga labi ng mga naging biktima ni "Yolanda" sa Kabisayaan.

Sa isang panayam, sinabi ni Msgr. Asis na walang anumang pagtutol ang Simbahan sa pagkakaroon ng mass graves sapagkat kalusugan ng nakararami ang nakataya kung hindi ililibing ang mga labi ng nasawi sa bagyong "Yolanda"

Kung hindi man nababasbasan ang mga labi ayon sa tradisyon ng Simbahan, may pagkakataon pa naman sa pamamagitan ng mga intensyon

Aralin 10 Ang Pinagmulan ng Pilipinas at Lahing Kayumanggi

at panalangin sa loob ng Misa.

Magugunitang maraming mga nasawi sa hagupit ni "Yolanda" sa Central Philippines noong nakalipas na linggo samantalang mayroon pang mga nawawala.

单词表 Talasalitaan

naglunsad	实施，推行
palatuntunan	项目
nasalanta	受害者
matustusan	满足，支持
dagok	灾难，不幸
hagupit	鞭打，攻击
puminsala	破坏
pakikiramay	同情
nag-ambag	贡献
naglaan	提供
kawal	士兵，武警
koponan	队
tolda	帐篷
pagbabasbas	祝福，祈祷
panayam	会议，面试
labi	遗骨，遗骸

Aralin 11　Ilan sa mga Tulang Filipino: Mahiganting Langit

一　课文　Testo①

Mahiganting Langit

Mula sa *Florente at Laura* **ni Fransisco Balagtas**

　　Mahiganting langit, bangis mo'y nasaan?
　　Ngayo'y naniniig sa pagkagulaylay,
　　bago'y ang bandila ng lalong kasaman,
　　sa Reynong Albanya'y iniwawagayway.

　　Sa loob at labas ng bayan kong sawi.
　　kaliluha'y siyang nangyayaring hari,
　　kagalinga't bait ay nalulugami,
　　ininis sa hukay ng dusa't pighati.

　　Ang magandang asal ay ipinupukol
　　sa laot ng dagat ng kutya't linggatong;
　　balang magagaling ay ibinabaon

---

① 本诗是《弗洛罗特和劳拉》叙事长诗选篇，选自Bienvenido Lumbera, Cynthia Nograles Lumbera, *Philippine literature: a History & Anthology*, Revised Edition, Anvil Publishing, 1997, 第50—51页。

Aralin 11 Ilan sa mga Tulang Filipino: Mahiganting Langit

at inililibing na walang kabaong.

Nguni, ay ang lilo't masasamang loob,
sa trono ng puri ay iniluluklok,
at sa balang sukab na may asal-hayop,
mabangong insyenso ang isinusuob.

Kaliluha't sama ang ulo'y nagtayo
at ang kabaita'y kimi't nakayuko,
santong katuwira'y lugami at hapo,
ang luha na lamang ang pinatutulo.

At ang balang bibig na binubukalan
ng sabing magaling at katotohanan,
agad binibiyak at sinisikangan
ng kalis ng lalong dustang kamatayan.

O taksil na pita sa yama't mataas,
O hangad sa puring hanging lumilipas,
ikaw ang dahilan ng kasamang lahat,
at niring nasapit na kahabag-habag.

Sa korona dahil ng Haring Linseo
at sa kayamanan ng duking ama ko,
ang ipinangahas ng Konde Adolfo,
sabugan ng sama ang Albanyang reyno.

Ang lahat ng ito, maawaing langit,
iyong tinutungha'y ano't natitiis?
mula ka ng buong katuwira't bait,
pinapayagan mong ilubog ng lupit.

Makapangyarihang kanan mo'y ikilos,
papamilansikin ang kalis ng poot,
sa Reynong Albanya't kusang ibulusok,
ang iyong higanti sa masamang loob.

Bakit, kalangita'y bingi ka sa akin,
ang tapat kong luhog ay hindi mo dinggin?
Diyata't sa isang alipusta't iling
sampung tainga mo'y ipinangunguling?

Datapuwa't sino ang tatarok kaya
sa mahal mong lihim, Diyos na dakila?
walang mangyayari sa balat ng lupa
di may kagalingang iyong ninanasa.

Ay, di saan ngayon ako mangangapit,
saan ipupukol ang tinangis-tangis,
kung ayaw na ngayong dingigin ng langit
ang sigaw ng aking malumbay na boses.

Kung siya mong ibig na ako'y magdusa,
Langit na mataas, aking mababata,

isagi mo lamang sa puso ni Laura
ako'y minsan-minsang mapag-alaala.

At dito sa laot ng dusa't hinagpis,
malawak na luhang aking tinatawid,
gunita ni Laura sa naabang ibig,
siya ko na lamang ligaya sa dibdib.

Munting gunamgunam ng sinta ko't mutya,
nang dahil sa aki'y dakila kong tuwa,
higit sa malaking hirap at dalita,
parusa ng taong lilo't walang awa.

Sa pagkagapos ko'y kung guni-gunihan,
malamig nang bangkay akong nahihimbing
at tinatangisan ng sula ko't giliw,
ang pagkabuhay ko'y walang hangga mandin.

Kung apuhapin ko sa sariling isip,
ang suyuan naming ng pili kong ibig,
ang pagluha niya kung ako'y may hapis,
nagiging ligaya yaring madlang sakit.

Ngunit, sa aba ko, sawing kapalaran!
ano pang halaga ng gayong suyuan,
kung ang sing-ibig ko'y sa katahimikan
ay humihilig na sa ibang kandungan?

Sa sinapupunan ng Konde Adolfo
aking natatanaw si Laurang sinta ko;
kamataya'y nahan ang dating bangis mo,
nang di ko damdamin ang hirap na ito?

二　单词表　Talasalitaan

bangis	凶猛，残暴，激烈
naniniig	悠闲，不着急
pagkagulaylay	静默，休息
sawi	不幸的
kaliluhan	背叛
nalulugami	遭遇，陷入（不幸）
ininis	反感，愤怒
pighati	悲伤
ipinupukol	扔，投掷
kutya	蔑视、嘲弄
linggatong	（精神上的）不安，骚乱
ibinabaon	埋入
kabaong	棺材
trono	皇冠
iniluluklok	加冕，登基，即位
sukab	背叛的
insyenso	焚香（亦作 insenso）
isinusuob	薰香、焚香
kabaita'y	kabaitan ay 的缩写
kimi	害羞的，驯服的

Aralin 11　Ilan sa mga Tulang Filipino: Mahiganting Langit

hapo	气喘吁吁，累
pinatutulo	排走，排空，词根意为"滴"
binibiyak	撕开，劈开
sinisikangan	压制，抑制，词根意为"横木"
kalis	剑，圣餐杯
dusta	降低身份的，耻辱的
pita	强烈的愿望
niri	意同 nito
nasapit	被获得，成为结果
kahabag-habag	可怜的
sabugan	洒，散播
tinutungha	低头看
natitiis	能够容忍
ilubog	浸没
lupit	凶残
papamilansikin	液体的飞溅
poot	敌意，仇恨
kusa	自动地，主动地，有意地
ibulusok	俯冲，猛地落下
bingi	聋的
luhog	恳求，(n.)
dinggin	倾听，词根为 dinig
Diyata	"是真的吗？"
alipusta	嘲弄、侮辱
iring	蔑视、鄙夷
ipinangunguling	撤回应允之物
datapuwa	然而

tatarok	理解
mangangapit	拥抱，紧紧靠住
tinangis-tangis	哀悼
malumbay	悲伤的，孤寂的
magdusa	受难，受惩罚
mababata	可忍受的
isagi	不经意地轻触，掠过
gunamgunam	沉思，幻想
sinta 和 mutya	都指"亲爱的"
pagkagapos	绑，缚，禁锢住
guni-gunihan	幻觉，（不好的）预感
nahihimbing	睡得很沉，很香
giliw	亲爱的
sula	红宝石
pagkabuhay	复活，复苏
hangga	结果，终结
mandin	明显地；突然地，出人意料地
apuhapin	苦苦寻求
suyuan	爱情，喜爱
hapis	痛苦
yari	这
madla	大众，所有的（人）
aba	不幸
sawing kapalaran	厄运
humihilig	后倾，倚靠
kandungan	抱在腿上
sinapupunan	怀抱，子宫

Aralin 11 Ilan sa mga Tulang Filipino: Mahiganting Langit

nahan 　　　　　　哪儿，nasaan 的口语形式

三　注释　Tala

1. 本诗选自菲律宾民族文学经典叙事长诗《弗洛伦特和劳拉》（Florante at Laura），作者弗朗西斯科·巴拉格塔斯（Francisco Balagtas，1788—1862），是他加禄语诗人、菲律宾最负盛名的桂冠诗人。因为西班牙统治者要求姓名西班牙化，所以他在官方场合又名弗朗西斯科·巴尔塔萨（Francisco Baltazar）。长篇叙事诗《弗洛伦特和劳拉》全名为《弗洛伦特和劳拉在阿巴尼亚王国的过往生活》（Pinagdaanang Buhay ni Florante at ni Laura sa Cahariang Albania），是他的代表作，创作于1838年。该诗采用每行12音节、每节四行的菲律宾骑士文学诗歌体裁——"阿维特"诗体（Awit），语言生动流畅、情节跌宕起伏，成为中古时代他加禄语文学中最为流行和知名的叙事诗。它不仅是巴拉格塔斯个人的代表作，更是代表近代以前菲律宾作家文学的巅峰。巴拉格塔斯也因此被誉为菲律宾文学史上最伟大的两位"文学巨匠"之一。

2. naniniig 的词根是 niig，pagniniig 指两人间的私密对话，maniig 有"悠闲、不着急"之意，强调亲密对话中的随意性，文中意为"悠闲自得"。

3. kaliluha'y 是 kaliluhan ay 的缩写，ay 缩写为 'y 是常见拼写习惯，用于表示口语表述中的语流音变，kaliluhan 的词根为 lilo，意为"背叛"。

4. tinutungha 是 tinutunghan 的变体，词根 tunghay，意为"低头看"，文中 tinutunghan 意指"被看的东西"。

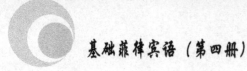

附：参考译文

《上天的复仇》
复仇的上天，你怎么不发怒？
当罪恶无耻的旗帜，
在阿巴尼亚的土地上肆虐，
你却还袖手旁观默不作声。

我不幸的祖国，阿巴尼亚，
已被叛徒篡夺了王位，
所有正义和善良的人们，
都被埋没在苦难和哀痛中。
人们的善意和良行被拖入
嘲讽和批判的深渊；
心地善良的人们无需棺材
就会被恶意所埋葬。

而那些邪恶无耻之徒，
却堂而皇之被歌功颂德，
背信弃义的卑劣小人，
却被献上鲜花和礼赞。

叛徒和恶人得势猖狂，
美德和谦卑屈尊在下，
正义之神卑躬屈膝，
它也只能黯然流泪。

146

Aralin 11　Ilan sa mga Tulang Filipino: Mahiganting Langit

人们若是开口说出
善意和好心的话语,
就会被邪恶之剑
屠戮和毁灭。

对财富和权力的贪婪、
对荣耀的追逐,像狂风肆虐,
这些世间罪恶之源,
让我的祖国如此可怜。

为了攫取林赛王的王冠,
为了褫夺我父亲的财富,
恶贯满盈的阿多弗
在阿巴尼亚罪恶滔天。

仁慈的上苍啊,你就
眼看着罪恶这般发生?
你是正义和美德之源,
但却让暴行到处肆虐。

请你亮出正义之剑,
喷出复仇的怒火,
席卷阿巴尼亚的大地,
把罪恶和暴行荡涤一空。

上天,你怎么装聋作哑?
对我的诉求熟视无睹?

对于困苦不堪的人们，
你为何充耳不闻？

但是，伟大的神灵啊，
世间有谁知晓你的奥秘？
这尘世间的一切，
若没有你，皆不会发生。

啊，上天，如果就连你
都拒绝倾听我的哀怨，
我还能向谁求助？
我还能到哪评理？

上天，如果你若是想
让我来承受这些痛苦，
请你定要让劳拉知晓
让她能不时惦念着我。

我的身心深陷在这
苦难和哀伤的大海，
唯有对劳拉的爱恋
是心中仅有的慰藉。

想起我的心上人，
心中便充满温暖，
就能抵御那暴君
带来的苦难和哀伤。

Aralin 11 Ilan sa mga Tulang Filipino: Mahiganting Langit

我已身陷囹圄，
虽然行将就木，
但心上人的爱，
能让我升入天堂。

当我的脑海中出现，
我和她的海誓山盟，
我受苦时她的泪水，
能让我终化悲为喜。

但是，造化弄人！
我的心上人已经屈服，
悄然投入别人的怀抱，
往日的爱恋还有何用？
我眼见着心爱的劳拉
已经被阿多弗抢夺走；
你为何不让我就此去死？
我不想再受这苦难折磨！

四　练习　Pangkasanayan

Magpaliwanag sa sariling salita ng damdamin at kahulugan na sinusulat at itinanghal sa tulang ito.

五　课后阅读　Pagbabasa sa Gawain Bahay

PUTOL
ni Michael M. Coroza

May kanang paang

                        putol

sa tambakan
ng basura.
Naka-Niké.

Dinampot
ng basurero.
Kumatas
ang dugo.

Umiling-iling
ang basurero't
bumulong, "Sayang,
wala na namang kapares."

KASALO
ni Joi Barrios

Ang babae ay hindi kaning inihahain
sa mesa ng matrimonya,
iniluluwa kapag mainit at takot kang mapaso,
sinasabawan ng kape sa umaga
kapag ikaw ay nagkulang,
at itinatapong tutong
sa kanyang pagtanda.

Ang babae ay hindi karneng
dinuduro at kinikilo,
ginigisa ang laman sa iyong mga pangako,
nilalaga ang buto sa iyong pagsuyo
at ginagawang chicharon ang balat
upang maging pulutan.
Ang babae ay hindi halayang
panghimagas sa iyong kabusugan
inumin sa iyong katandaan
o putaheng nilalaspag tuwing may handaan.
May tiyan din siyang kumakalam,
may sikmurang kailangang mapunan
at pusong dapat mahimasmasan.
Kasama mo siyang nagtatanim ng maisasaing,
katuwang na naghahanda
ng almusal, tanghalian at hapunan,
kaharap at kasalo sa kinabukasan.

Aralin 12   Dalawang Sanaysay

一 课文 Testo

1. Ang Palasyo ng Gobernador[①]

Sa dakong hilagang kanluran ng Katedral ng Maynila ay makikita hanggang noong mga unang taon ng 1960 ang patas ng mga batong-buhay na nagpapakilalang doo'y may nakatayong malaking bahay. Yaon nga ang pook na kinatayuan hindi lamang ng malaking bahay kundi ng palasyo ng gobernador-heneral. Ang mga batong-buhay na iyan ay dinala sa Luneta ng noo'y Unang Ginang, Dra. Evangelina Macapagal, at inilagay sa isang bahagi noon, samantalang ang iba'y ginawa namang upuan sa kahabaan ng Bonifacio Drive.

Ang palasyo ng gobernador na iginuho ng malakas na lindol noong 1863 ay hindi itinayo para sa gobernador, kundi para sa isang mabalasik, banidoso at masibang tao. Isang taong kinasisilungan maging ng makapanagyarihang mga prayle at prelado, kinakikimian maging ng matalik na kaibigan niyang gobernador.

Dumating sa Pilipinas si Don Diego Fajardo noong 1664 upang siyang humalili kay Corcuera bilang gobernador-heneral. Bantog sa

---

[①] 改编自外籍教师Ariel Diccion自编讲义，Teodoro A. Agoncillo, Sagisag, Tomo IV, Bilang 8 (Agosto 1979), 第12页。

pagiging walang kinikilingan, si Don Diego ay hindi nasilaw sa salapi o sa ano mang uri ng suhol. Bilang kahalili ni Corcuera, siya ang nagsiyasat dito sa residencia, at sa pamamagitan ng mga pakana ng mga prayle, naparusahan si Corcuera ng pagkabilanggo, bukod sa iniutos na samsamin ang kanyang mga ari-arian.

Bagaman malinis ang budhi't kamay, si Don Diego ay may kahinaan, gaya ng karaniwang tao, at ito'y ang pakikipagkaibigan niya kay Manuel Venegas. Sa mga lumang kasulatan, inilarawan si Venegas na isang lalaking matangkad, matipuno, na matigas na ang ulo'y matigas pa ang puso. Bukod sa gahaman ay tuso pa, walang habas lalung-lalo na sa pagkakamal ng salapi sa ano mang paraan. Iyan ang lalaking pinakamalapit kay Don Diego, paborito nito at kabulungang-lihim.

Nang mawasak ang unang palasyo ng gobernador dahil sa malakas na lindol, tumira si Don Diego sa isang gusali ng pamahalaan na malapit sa ospital. Ito'y sinamantala ni Venegas upang humingi ng pahintulot sa gobernador na ibigay sa kanya ang pook ng dating kinatatayuan ng palasyo. Ipinagkaloob sa kanya ng gobernador ang hiniling, kaya dali-daling nagpagawa si Venegas ng palasyo hindi para sa gobernador kundi para sa kanya. Sinamantala niya ang pakikipagkaibigan sa gobernador upang kumuha ng mga sangkap at kasangkapan sa pamahalaan sa pagpapagawa ng palasyo.

Gayon na lamang ang salaping ginugol sa pagpapagawa ng palasyo. Nagtaka ang mga tao kung saan niya kinuha ang salaping yaon upang makapagpatayo ng gayong kalaking palasyo. Datapwa ang mga nakababatid ng mga "milagro" ni Venegas ang nagpahayag na di-kuno'y nakapagkamal ng katakut-takot na salapi si Venegas sa paraang hindi kapuri-puri.

Ang plano ng palasyo, na totoong magara at malaki ay ginawa ng mga arkitektong Kastila, samantalang mga manggagawang Intsik naman ang nagtayo ng palasyo. Marmol ang mga kolumna, samanatalang malaki at may palamuting kahilihili ang mga patyo. Walang gusali sa Pilipinas na maaaring iagapay sa palasyo ni Venegas. Mula sa balkong nakaharap sa Daang Aguana, makikita ang Kuta ng Santiago sa hilaga, ang Look ng Maynila sa kanluran, at ang Ayuntamiento o City Hall sa silangan.

Masasabing nakapangayupapa ang buong siyudad (Intramuros) sa paanan ni Venegas sapagkat ang lahat ay takot at silaw sa kanya. Walang sino mang tao noon ang handang makipagtagisan sa kanya sapagkat batid nila kung hanggang saan ang lawak ng kanyang kapangyarihan.

Ngunit sa karamihan ng mga duwag, may isang hindi man lamang sinalagimsiman ng takot, at iya'y si Padre Geronimo Medrano, isang Agustino. Tumungo kay Don Diego si Padre Geronimo na dala ang Ostia upang walang magtangkang humuli sa kanya, at sa harap noo'y inisa-isa ang mga kapaslangan, kabalasikan, katakawan, at kawalanghiyaang ginawa ng kanyang paborito.

Nagulantang ang gobernador sa kanyang narinig at noong ika-16 ng Setyembre 1651 ay iniutos niya ang pagdakip kay Venegas at pagkulong dito sa Kuta ng Santiago. Gayundin, ipinadakip at ipinakulong din ang kanyang mga kasabwat sa paggawa ng mga kaaliwaswasan. Animnapu't isang paratang ang ipinasagot kay Venegas, na mangyari pa nga bang hindi magkantututo sa pagtatanggol na walang bisa. Hinatulan siyang bitayin, at bago siya binitay ay pinarusahan muna siya ng katakut-takot upang magsalita.

Ngunit matigas ang ulo at hindi nagtapat kahit na pinarusahan siya ng mga parusang hindi lapat sa tao. Naghaból siya sa korte ng Espanya, ngunit hindi nito binago ang hatol ng hukuman sa Pilipinas. Namatay si Venegas sa bilangguan, at ang kanyang palasyo, sampu ng kanyang ari-arian, ay sinamsam. Ang kanyang palasyo ay ginawang palasyo ng gobernador-heneral at nang mawasak ng lindol noong 1863, inilipat ito sa Malakanyang.

2. Ano ang Pagkaiba ng Filipino sa Tagalog? [①]

Ngayon nama'y singkronik ang gagamitin kong pamaraan para pag-ibahin ang Filipino at Tagalog. Gagamitin kong texto ang orihinal sa Filipino at ang salin sa Tagalog ng unang pangungusap sa Seksyon 2.2.2 ng Palisi sa Wika ng Unibersidad ng Pilipinas (1992).

FILIPINO: Magiging boluntaryo ang pagturo sa Filipino.

TAGALOG: Ang pagtuturo sa Filipino ay kusangloob.

Pansinin ang balangkas ng pangungusap. Sa Filipino'y una ang panaguri, tulad ng napansin nina (Fe) Otanes. Sa Tagalog ay ginagamit ang panandang ay. Sa pormal na gamit ng Tagalog ay talagang ginagamit ang ay. Ito ang unang pagkaiba ng Filipino at Tagalog. Pormal o lebel-panulat ang karaniwang ayos ng pangungusap na walang ay. Pansinin ang pagkawala ng pag-ulit ng unang pantig ng salitang ugat na turo. Ang salitang pagtuturo ay Tagalog; ang salitang pagturo ay Filipino. Ayon kay Teresita Maceda na naging Direktor ng Sentro ng Wikang Filipino sa Unibersidad ng Pilipinas, ang dahilan sa pag-alis ng pag-ulit ng unang pantig ng salitang-ugat ay ang impluwensiya ng mga wikang bernakular na tulad ng Cebuano. Nahihirapan daw ang mga Bisaya na

---

① 原作者 Isagani Cruz，改编时有删减，选自 Paraluman Aspillera, Basic Tagalog for Foreigners and Non-Tagalogs, 2nd Edition, Tuttle Publishing, 2007, 第 237—239 页。

mag-ulit ng pantig, kung kaya't nagiging katawatawa o hindi istandard ng pagsasalita ng Bisaya ng Tagalog. Pero sa wikang Filipino'y iba na. Hindi na kailangang mahiya ang Bisaya dahil tama na ang ugaling Bisaya sa paggamit ng panlapi at salitang-ugat. Ito ang ikalawang pagkaiba ng Filipino sa Tagalog. Inuulit ang pantig ng salitang-ugat o ang pantig ng panlapi sa Tagalog; hindi na kailangang ulitin ang mga pantig sa Filipino.

Pansinin ang paggamit ng hiram na salita mula sa Ingles sa pangungusap na Filipino. Sa halip na kusangloob na taal na Tagalog ay boluntaryo mula sa voluntary ang ginagamit sa Filipino. (Sa totoo lang, dapat na boluntari ang halaw sa voluntary, pero naging siokoy na boluntaryo, na hango naman sa voluntario, pero hindi sa Kastila kundi sa Ingles nanggaling ang pagkasiokoy ng salita.) Mas laganap kasi sa kamaynilaan ang salitang voluntary kaysa kusangloob. Madalas nating marinig ang salitang voluntary kung may humihingi ng kontribusyon o kung may naghahakot para dumami ang dadalo sa isang lektyur o kung may nagsisimula ng organisasyon. Bihira nating marinig ang kusangloob. Sa Filipino ay karaniwang ginagamit ang mas madalas gamitin. Ito ang ikatlong pagkaiba ng Filipino sa Tagalog. Mas hawak sa leeg ang Tagalog ng panulatan o matandang gamit ng salita; mas nakikinig sa talagang ginagamit o sinasalita ang Filipino.

Pansinin na hindi sa Kastila humiram ng salita kundi sa Ingles. Sa Tagalog, kahit na sa makabagong Tagalog, kapag humihiram ng salita'y unang naghahanap sa wikang Kastila, bago maghanap sa wikang Ingles. Ganyan ang mungkahi ni [Virgilio] Almario at ng maraming nauna sa kanya. Ito ang ikaapat na pagkaiba ng Filipino sa Tagalog. Kahit na sa makabagong Tagalog ay Kastila pa rin ang wikang karaniwang hinihiraman; sa Filipino'y Ingles ang karaniwang hinihiraman, dahil nga

Aralin 12 Dalawang Sanaysay

Taglish ang ugat ng Filipino.

    Samakatwid ay apat ang pagkaiba ng Filipino sa Tagalog batay lamang sa iisang pangungusap na hango sa palisi ng Unibersidad ng Pilipinas. Kung pag-aaralan natin ang buong palisi na nakasulat sa Filipino at ang buong salin nito sa wikang Tagalog ay sigurado akong mas marami tayong makikitang pagkakaiba ng Filipino sa Tagalog. Iyon lamang pangangailangan na isalin ang textong Filipino sa Tagalog ay patunay na na magkaiba ang dalawang wika.

二　单词表　Talasalitaan

mabalasik	严厉
banidoso	傲慢
masiba	贪吃，贪婪
humalili	替换，接替
nasilaw	耀眼，出名
suhol	贿赂
samsamin	没收
matigas ang ulo	固执
nakapagkamal	抓一大把
makipagtagisan	争论
sinalagimsiman	预感
magtangka	企图
kasabwat	同谋，同犯
kapaslangan	凶杀
bitayin	绞刑
kusangloob	自愿

taal	本地的
halaw	摘要，概括
siokoy	变形，异形
makabago	更新的

三 练习 Pangkasanayan

1. Magpaliwanag ng katangian ng Palasyo ng Gobernador sa sariling salita.
2. Magpaliwanag ng pangunahing pagkakaiba ng Tagalog at Filipino ayon sa ideya ng testo. Hanapin ang ibang halimbawa at magbigay ng sapat na sanhi.

四 课后阅读 Pagbabasa sa Gawain Bahay

Paano Magrehistro ng Negosyo sa Beijing?①

　　Ang artikulong ito ay isang gabay para sa mga Pilipinong nagnanais magtayo ng negosyo sa Beijing, ngunit nag-aalangan dahil sa kakulangan sa impormasyon. Ang mga ito ay gabay lamang at kinakailangan pa rin ang pagsangguni sa mga may-kinalamang departamento ng pamahalaang Tsino para sa mas koordinado, eksakto, at detalyadong hakbang sa parerehistro ng negosyo.

　　Saan mang dako ng mundo, ang pagtatayo ng isang "wholly foreign-

---

① http://filipino.cri.cn/241/2013/09/23/2s123109.htm, 2013年9月23日新闻。访问时间：2018年9月25日。

owned enterprise" (WFOE) ay komplikado, at bilang isang expat, laging mas mabuti kung sasangguni sa isang eksperto. Narito ang ilang hakbang para mas mapadali ang inyong pagrerehistro.

Unang Hakbang: Pagsasaayos ng Dokumento

Kailangan ninyo ng dalawang set ng mga dokumento para maumpisahan ang pag-aaplay ng WFOE. Ang unang set ay mga dokumento mula sa Pilipinas, kasama na ang certification of lawful tax history, kopya ng inyong pasaporte, at kopya ng inyong bank statement. Ang pangalawang set ng dokumento ay kinabibilangan ng kopya ng inyong pasaporte, resume ng inyong Tsinong abogado at Tsinong company supervisor, office address sa Tsina, kopya ng inyong kontrata sa pag-upa ng opisina, at sertipikasyon ng inyong pagmamay-ari ng real-estate.

Ikalawang Hakbang: Pagpaplano ng negosyo

Kailangan ninyong magsumite ng panlimahang-taong plano na nagpapakita sa direksyon na gusto ninyong tahakin ng inyong kompanya. Kailangan din ninyo ng walong potensyal na pangalan sa wikang Tsino para sa inyong kompanya. Bumisita lamang sa anumang lokal na sangay ng State Administration of Industry and Commerce (SAIC) upang makita kung ano ang mga available na pangalan.

Ikatlong Hakbang: Paglilisensya ng negosyo

Dalhin ang inyong mga dokumento sa Ministry of Commerce o sa Foreign Economical Cooperation Bureau upang makakuha ng sertipikasyon. Pagkatapos, bumalik sa SAIC para sa pag-aaplay ng temporary business license. Kapag nakakuha na kayo ng lisensya, maaari na kayong kumuha ng business' official "chop" sa Public Security Bureau (PSB) at mag-aplay ng Organization Code License sa Technical Supervision Bureau (TSB).

Ikaapat na hakbang: Pangangasiwa sa pera

Para mai-set-up ang pinansya ng inyong kompanya, kailangang kumuha ng Tax Certificate sa Taxation Bureau at paaprubahan ito sa State Administration of Foreign Exchange (SAFE). Siguraduhin ding magbukas ng isang lokal na account para sa inyong negosyo at maglagay ng inisyal na deposito. Pagkatapos, kumuha ng Capital Verification Report sa isang Certified Public Accountant (CPA).

Ikalimang hakbang: Mga huling detalye

Mag-aplay ng permanent business license sa SAIC. Panghuli, irehistro ang inyong negosyo para sa financial certificate, kumuha ng statistics license at import/export license.

单词表 Talasalitaan

magrehistro	登记
hakbang	步骤
kinabibilangan	包含，包括
pinansya	资金
deposito	保证金，存款

Aralin 13 Pilipino'y Maaaring Kilanlin sa Pamamagitan ng Kanyang Pagkain

一 课文 Testo①

Walang alinlangang ang pinakapopular sa lahat ng anyo ng popular na kultura ay ang pagkain. Bawat isa ay may kinalaman dito, bawat isa ay kasangkot dito, bawat isa ay kabakas dito – maging ito ay minsan lang sa isang araw. Lubha itong popular – bahagi ng sambayanan – kaya't wala itong awtor, walang indibidwal na tagalikha (di tulad ng mga pelikula, serye sa radyo at komiks).

Ang pagkain ay nilikha ng marami: pinag-isipan, pinaunlad at pinayaman. Nilikha ito ng sambayanan sang-ayon sa kanilang panlasa para sa kanilang pag-apruba, para sa pang-araw-araw nilang gamit, at inaasahan para sa kanilang kasiyahan. Sino ang nagpasimuno, halimbawa, sa inihaw na talong? Walang alinlangang isang lalaki – o babae. At sino sa inyo ang hindi kumakain? Kahit na nagdidyeta, mulat na mulat ang inyong isip (marahil ay higit pa nga) sa pagkain.

Hindi lamang isang tunay na likha ng mga mamamayan ang pagkain. Pangunahin din itong laman ng kanilang kamalayan. Ang sinaunang lalaki na may sakbat na busog at pana ay naghahanap nito; ang makabagong

---

① 原作者 Doreen G. Fernandez，根据外籍教师 Ariel Diccion 自编讲义进行改编。

lalaki na may bitbit na attache ay naghahanap din nito. Ang sinaunang babae ay nagtatalop, nagbibislad at nagluluto sa pamamagitan ng apoy; ang makabagong babae ay maaaring magpainit ng anumang pakete na nabibili sa isang supermarket – subalit palagiang nasa isip nilang lahat ang pagkain. Higit pa rito, ang pagkamalay na ito ay hindi lamang dahil sa pangangailangan kundi dahil din sa pangyayaring ang pagkain ay mahigpit na kaakibat ng buhay ng tao.

Laman ng Tiyan at Kamalayan

Ang pagkain ay pangunahing nasa kamalayan ng Pilipino. Sinasabi niya ang oras sa pamamagitan niyon – "pagkakain," "pagkatapos ng pananghalian." Sa pagkain din umiinog ang kanyang alaala: ang Pasko ay palaging puto bumbong at bibingka sa isang tao: sa iba nama'y ensaymada at tsokolate.

Ang paboritong tiya ay yaong laging gumagawa ng masarap na pastillas de leche; ang Lola ay laging nagbibigay sa apo ng barkilyos at turon; ang mga pieysta sa bayang pinagmulan ay laging nangangahulugan ng litson; ang mga piknik sa may palaisdaan ay nagugunita dahil sa inihaw na bangus na pinalamnan ng kamatis at sibuyas, ang abentura noong kabataan ay ang pagsama sa panghuli ng ulang sa ilog sa pamamagitan ng maliliit na sibat, o panunungkit ng hilaw na mangga sa mga punong-kahoy ng isang kapitbahay, na pagkatapos ay kakainin na may bagoong na gawang-bahay.

Maging ang Pilipinong kung saan-saang lugar na nakapaglakbay at maraming alam tungkol sa caviar ng Iran at bouillabaise ng Marseilles ay takam na mangungusap tungkol sa pinilakang hipon na lulukso-lukso pa sa basket at pagkuwa'y ihahalabos; sa eksaktong asim ng sinigang; sa

Aralin 13 Pilipino'y Maaaring Kilanlin sa Pamamagitan ng Kanyang Pagkain

sawsawan at pamutat na burong isda.

Lahat ng ito ay patunay na ang pagkain ay napakapopular at tunay na pansikmurang sangay ng kultura. Bilang isang tunay na likha ng mga partikular na mamamayan sa isang tiyak na panahon at lugar at dahil laging pangunahin sa kanilang kamalayan, ang pagsusuri sa pagkaing Pilipino ay pagsusuri sa Pilipino, isang naiibang paraan (at siyang pinakamasarap) sa pagtuklas sa kanyang identidad.

Luntiang Paligid

Marahil ang dalawang pinakamahalagang biyaya sa Pilipino ay ang nakapaligid na kaluntian at ang palay at niyog.

Mula sa pagsilang hanggang kamatayan, napagkukunan ng pagkain ang niyog. Ang katas ng bukong bulaklak na laman ng ginagawang tuba; ang malamig na tubig at malauhog na laman ng buko ay hindi lang nagsisilbing pampalamig pag tag-araw kundi isinasangkap din sa pinais ng Quezon at binakol ng Bisaya; ang kinudkod na lamang magulang ay hindi maaaring hindi isama sa kakanin at siyang pinagkukunan ng gata (at halos walang Pilipino na makakaisip mabuhay nang walang alinmang klase ng suman na niluto sa gata, o lutuing tulad ng laing o pinangat); ang makapuno ang pangunahin nating ginagawang minatamis (papaano ang piyesta kung walang matamis na makapuno?); at pagkamatay, ibinibigay ng puno ang pinakapuso nito upang malasap natin ang malutong na tamis ng ubod sa lumpiyang sariwa.

Sukatan ng Lahat ng Lutuin

At mangyari pa, ang palay. Hindi lang pangunahing pagkain natin ito, pampabigat ng tiyan (isang nalilitong batang lalaki, na kakain ng una

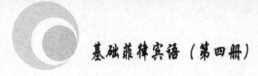

niyang tanghalian sa isang tahanang Amerikano ang binigyan ng tinapay na pinalamnan ng pinatbater at dyeli, ay pataghoy na tumelepono sa kanilang bahay, "Pero Mommy, gusto kong kumain ng kanin!"), kundi siyang sukatan ng pagkain ng lahat ng ating lutuin, at sa gayo'y siyang nagdidikta sa ating panlasa at sa malaking bahagi ng ating mga lutuin. Bakit tayo nagpapaasim, o nagpapaalat, o nagpapaanghang? Sapagkat ang kawalang-lasa, ang kaabahan ng bigas ay naggigiit sa malalakas at matitinding lasang pangkontra, at ang ganitong pangkontra ay hindi kailangan ng tinapay. Isipin na lang: makakalikha ba tayo ng lutuing tulad ng kare-kare kung wala tayong kanin na uulaman niyon?

Ang pangyayaring matatagpuan sa lahat ng rehiyon ang bigas, at magagawang galapong, ang siyang tunay at kagyat na sanhi ng pagkalikha ng mga kakaning Pilipino – ang sari-saring puto, bibingka, suman, kutsinta, atbp. Na may iba-ibang pangalan, hugis, kulay, lasa, simboliko at pang-okasyong gamit – at karamihan dito ay mga klase ng kakaning gawa sa bigas.

二　单词表　Talasalitaan

kilanlin 即 kilalanin		认知
pag-apruba		赞成
kamalayan		意识
bitbit		手提物
nagtatalop		剥皮
pananghalian		午餐
bumbong		竹筒
takam		咂嘴

Aralin 13 Pilipino'y Maaaring Kilanlin sa Pamamagitan ng Kanyang Pagkain

lulukso-lukso	蹦跳
ihahalabos	盐度（虾或鱼）
pamutat	甜品（餐后）
kagyat	立刻、立即
pinatbater dyeli	即 peanut butter、jelly

三　练习　Pangkasanayan

1. Magpaliwanag ng katangian ng mga Pilipino sa pagkain sa sariling salita.
2. Tama ba ang sinabi ng manunulat sa testong ito? Magpaliwanag ng ideya mo at magbigay ng sapat na sanhi tungkol sa paksang ito.

四　课后阅读　Pagbabasa sa Gawain Bahay

BAGONG TAON[①]

Ipinagdiriwang ang Bagong Taon sa pagpasok ng unang araw ng Enero sa pamamagitan ng pagpapaputok at pagsisindi ng mga kuwitis at lusis. Dahil pinaniniwalaang nakapagtataboy ng malas at masasamang espiritu ang pag-iingay, hinahampas ng mga tao kahit ang balde't banyera. Mayroon ding paniniwala na tatangkad ang isang batang lumundag paghudyat ng alas-dose ng gabi. Para sa mga Filipino, magiging maganda

---

① 改编自外籍教师 Ariel Diccion 自编讲义，原文来自 101 Filipino Icons, Adarna House, 2007。

ang buong taon kung maganda ang pasok ng bagong taon. Dahil dito, may gumagawa pa ng New Year's resolutions. Naghahanda naman ng media noche pagkatapos ng misa sa pagbubukas ng taon. Madalas na may pansit – na pampahaba ng buhay – at malagkit, upang manatiling nagkakaisa ang buong pamilya. Naghahain din ng labindalawang prutas na bilog para magkasuwerte.

Sa mga Muslim, nagsisimula naman ang Bagong Taon sa unang araw ng Muharram, na siyang unang buwan para sa kanila. Tinatawag nila itong Amun Jadid. Ipinagdiriwang ang bagong taon sa pamamagitan ng pagsasalaysay sa mga kuwento ng buhay ng propetang si Muhammad at sa pagbabasa ng Koran.

Nagdiriwang naman ang mga Tsinoy ng Bagong Taon sa pagdating ng unang bagong buwan, sa pagitan ng Enero 21 at Pebrero 19. Naghahanda sila ng tikoy. Gumagamit din ng paputok ang mga Tsinoy para sa pagtataboy ng masasamang espiritu. Nagsusuot ng bagong damit na pula ang mga batang Tsino na nag-aabang sa pagbibigay ng angpao na nakasilid sa pulang envelope. Bago pa man ang Bagong Taon, dumadagsa na ang mga tao sa Ongpin upang bumili ng maliliit na pinya na sinasabing nagbibigay ng suwerte.

Madalas na nagmamasid ang mga Filipino sa paligid upang maghanap ng mga senyal para sa darating na taon. Ang pag-unga ng baka'y masaganang bagong taon; tagtuyot naman ang tahol ng aso. Kapag naging Biyernes ang Bagong Taon, magkakaroon ng aksidente.

Sa Samar, nililinis na mabuti ng mga maybahay ang mga kasangkapan sa kusina, lalo na ang kalan, bago mag-Bagong Taon. Sa Cebu, tinitiyak na may barya sa bulsa ang bawat isa sa pagbubukas ng

Aralin 13 Pilipino'y Maaaring Kilanlin sa Pamamagitan ng Kanyang Pagkain

taon. Kinakailangang punô rin ang taguan ng pagkain, mula sa kaban ng bigas hanggang sa lalagyan ng asin at mga ulam. Hindi dapat pinalilipas ang taon nang may utang na hindi binabayaran. Binubuksan ang pinto ng bahay at nagsusuot ng damit na polka dot. Hindi pinapatay ang mga ilaw sa bahay nang buong unang araw ng Enero upang maiwasang may mamatay na kasambahay sa pumapasok na taon.

Aralin 14　Kabanata 39 Katapusan I
(Huling Kabanata ng *El Filibusterismo* ni Jose Rizal)

一　课文　Testo[①]

  Nalulungkot si Padre Florentino sa kanyang ulilang tahanan sa may baybay dagat. Kaaalis pa lamang ng kanyang kaibigang si Don Tiburcio de Espadaña na umiiwas sa pag-uusig ng asawa. Iniwan ng kaawa-awang Ulysses ang bahay ng pari upang magtago sa kubo ng isang magkakahoy. Nang umaga iyon ay tumanggap ng isang sulat si Padre Florentino mula sa tenyente ng guwardiya sibil ngunit dahil ang telegrama'y hindi lubhang maliwanag ay nag-akala si Don Tirburcio na siya ang binabanggit. Hindi siya napigil ni Padre Folorentino bagaman ipinaliwanag nitong ang hinahanap ay si Simoun, na may dalawang araw pa lamang na kararating, dugu-duguan, namamanglaw, nanghihina ngunit siya ang may pasan ng sariling maleta.

  Hindi pa nababalitaan ng pari ang nangyari sa Maynila. Inakala niyang si Simoun ay pinag-uusig ng mga taong kanyang inapi at ng kanyang mga kaaway sapagkat umalis na ang Kapitan Heneral. Gayunma'y itinanong ng pari sa sarili kung ano ang sanhi ng mga sugat ng mag-aalahas, kung yaon ay likha ng pag-ilag niya sa mga kawal na umuusig sa kanya. At ang huling palagay ay pinagtibay ng telegramang

---

① 改编自 Aurora E. Batnag, Rodolfo V. Flores, *Ang El Filibusterismo ni Jose Rizal: Isang Interpretasyon*, REX Book Store, 1998，第 140—144 页。

katatanggap pa lamang niya at ng pagtanggi ni Simoung pagamot sa medikong nasa ulong bayan ng lalawigan. Hindi malaman ni Padre Florentino kung ano ang nararapat niyang gawin pagdating ng mga guwardiya sibil. Malubha ang sugat ng mga-aalahas.

Tumigil ang pari sa pagtugtog ng armonyum. Lumapit siya sa durungawan at minasdan ang dagat. Matamang iniisip ng pari ang kahulugan ng ngiting pakutya ni Simoun nang mabatid nito na siya'y darakpin at sa ika-walo ng gabi ang dating ng mga darakip. Hinahanap din niya ang katugunan kung bakit ayaw magtago ni Simoun.

Kinalimutan ni Padre Florentino ang masamang pagtanggap sa kanya ni Simoun noong siya'y makiusap dito tungkol kay Isagani. Kinalimutan din niya ang ginawa ni Simoun upang mapadali ang pag-aasawa ni Paulita kay Juanito na lubos na dinamdam ng kanyang pamangkin. Ngayo'y wala siyang inaalala kundi ang kalagayan ni Simoun; kung paano niya ito maililigtas.

Lumipat ang isang utusan at sinabing nais siyang makausap ng maysakit. Sa kanyang muling pagkakita kay Simoun ay wala na ang mapangutyang anyo sa mukha nito. Isang lihim na sakit ang noo'y tinitiis ng lalaki.

Ipinagtapat ng mag-aalahas na uminom siya ng lason pagkat hindi niya ibig mahulog nang buhay sa kamay ninuman at yayamang malapit na ang gabi'y ibig niyang ipagtapat sa pari ang kanyang lihim.

Lumuhod ang pari, nagdasal at pagkatapos ay umupo sa dakong ulunan ng maysakit upang makinig.

Isinalaysay ni Simoun ang kanyang buhay. Labintatlong taon na ang nakaraan mula nang bumalik siya galing sa Europa. Bumalik siyang puno ng pangarap at pag-asa. Umuwi siya upang pakasal sa kasintahan:

handang magpatawad sa nagkasala sa kanya, bayaan lamang siyang mamuhay nang tahimik. Ngunit hindi nagkagayon. Isang mahiwagang kamay ang nagtaboy sa kanya sa isang kaguluhang likha ng kanyang mga kaaway. Ang lahat ay nawala sa kanya: pangalan, yaman, pag-ibig, kalayaan at kinabukasan. Naligtas lamang siya sa kamatayan sa tulong ng isang kaibigan. Isinumpa niyang maghihiganti. Umalis siyang dala ang kayamanan ng kanyang mga magulang. Siya'y nangibang-bansa at inasikaso ang pangangalakal. Nakilahok siya sa himagsikan sa Cuba at tumulong sa magkabilang pangkat na kapwa pinakinabangan. Doon niya nakilala ng Kapitan Heneral na noo'y komandante pa lamang. Ito'y nangutang sa kanya at naging kaibigan dahil sa ilang kataksilang ginawa na batid ng mag-aalahas. Sa tulong ng kanyang salapi'y naging Kapitan Heneral ang kaibigan. Napaparito niya sa Pilipinas at madaling nagawang kasangkapan dahil sa kasakiman sa salapi.

Gabi na nang matapos ang mahabang pagtatatapat ni Simoun. Tumindig ang paring pinapahid ang pawis sa mukha at nag-iisip.

Sandaling naghari ang katahimikan. Sa malungkot at banayad na tinig ay sinabi ng paring patatawarin ng Diyos si Simoun. Aniya'y talos ng Maykapal na lahat ay maaaring magkamali. Nakita niyang ito'y nagtiis. At sa pagpapaubaya niyang matagpuan nito ang kanyang kaparusanhan sa pagtatamo ng kamatayan sa kamay ng mga inudyukang magkasala, ay sapat na upang makita nito ang kanyang walang hanggang pagpapatawad. Bagaman binigo ng Diyos ang lahat ng balak nito ay kailangang sundin ang kanyang kaloboan at pasalamatan ang Maykapal.

Sumagot ang maysakit. "Sa gayo'y kaloboan niya na ang pulong ito'y..."

"Magpatuloy sa kalagayang kinasasadlakan," sambot ng pari.

Aralin 14 Kabanata 39 Katapusan I

Idinugtong pang hindi niya malirip ang hangarin ng Panginoon. Batid niyang hindi pinababayaan ng Maykapal ang mga nananalig sa Kanya at hindi nawawala kailanman ang bisig ng Diyos. Na kapag niyurakan na ang katuwiran at ubos na ang lahat ng paraan ay humahawak na ng sandata ang sinisiil at nakikipaglaban nang dahil sa kanyang tahanan at karapatan. Sinabi niyang ang Diyos ay katuwiran at hindi mangyayaring magpabaya sa kanyang layon, ang layong kalayaan, pagkat kung wala nito'y walang katarungan.

May hinanakit na nagtanong si Simoun kung bakit hindi siya tinulungan ng Maykapal.

Sinagot siya ni Padre Florentino. Aniya'y ang kaparaanang ginamit ni Simoun ay hindi Niya mapahihintulutan. Kailanma'y di tatamuhin ang karangalan sa pagliligtas sa bayan ng isang tumutulong sa pagsiil sa kanya. Isang kamalian ang pag-aakalang ang dinungisan at sinira ng pagkakasala at kasamaan ay mangyayaring mapalinis at mailigtas ng isa ring pagkakasala't kasamaan. Kung lalaya man ang bayan ay hindi sa masamang kaparaanan. Ang kaligtasan ay may kahulugang kabutihan; ang kabutihan ay pagtitiis at ang pagpapakasakit ay pag-ibig.

Tinanggap ni Simoun na siya'y nagkamali, ngunit bakit, aniya, dahil lamang sa kanyang pagkukulang ay ipagkakait na ang kalayaan ng isang bayan at sa halip ay ililigtas ang higit na salarin kaysa kanya. Bakit pinahahalagahan pa ng Diyos ang ganyang kabuktutan kaysa mga daing ng napakaraming walang sala?

Sumagot na muli ang klerigo. Sinabing ang mga tapat na loob at karapatdapat ay kailangang magtiis upang ang layuni'y makilala't lumaganap. Kailangang alugin at basagin ang sisidlan upang humalimuyak ang bango; kailangang pingkiin ang bato upang magningas. Ang pag-uusig sa mga maniniil ay nasa pasiya ng kalangitan. (Abangan hanggang sa susunod na aralin)

二　单词表　Talasalitaan

namamanglaw	悲伤，忧愁
mag-aalahas	珠宝商
pag-ilag	招架，逃避
guwardiya sibil	民防
durungawan	窗户
pakutya	玩世不恭，冷嘲热讽
darakip	逮捕者，官兵
pamangkin	继子／女；外甥／女
mapangutya	愤世嫉俗
ninuman	没有人的
ulunan	头（偏向）的
mahiwagang	神奇
nagtaboy	驱逐
nakilahok	参与
komandante	司令官
patatawarin	宽恕，饶恕
nangutang	借
kataksilan	背叛，背信弃义
banayad	温和，柔和
pagpapaubaya	忍受，承受
inudyukan	搅动，推动
kinasasadlakan	苦难

Aralin 14　Kabanata 39 Katapusan I

sambot	抓住
malirip	理解，意识到
nananalig	相信
niyurakan	践踏（r.w. yurakan）
aniya'y	回答说
kaparaanan	方式，方法
mapahihintulutan	准许
sinisiil	压迫（r.w. siil）
hinanakit	怨恨
tatamuhin	获得，引出
dinungisan	玷污（r.w. dungis）
ipagkakait	否认，禁止
kabuktutan	邪恶，变态
klerigo	牧师，神职人员
alugin	摇动，撼动
humalimuyak	挥发，散发

三　练习　Pangkasanayan

Sagutin ang mga tanong.

(1) Anu-ano ang mga reklamo ni Simoun tungkol sa lipunang Filipino at laban sa pananakop ng mga Kastila?

(2) Anu-ano ang panglutas para sa kinabukasan ng lipunang Filipino ayon kay sinabi ni Simoun?

(3) Sa palagay mo, bagay ba ang mga isip ni Simoun sa kalagayan ng Pilipinas sa panahong iyon?

(4) Ayon sa mga binabasa mo mula sa testong ito, anu-ano ang dapat na kaparaanan ng mga Filipino sa panahon ng nobela sa isipan ng manunulat? At ano ang wastong paraan sa palagay mo?

Aralin 15　Kabanata 39　Katapusan II
(Huling Kabanata ng *El Filibusterismo* ni Jose Rizal)

一　课文　Testo[①]

Alam daw iyon ng maysakit kaya pinalaganap niya ang paniniil.

Tinugon iyon ng pari na hindi mabuti ang pamamaraang ginamit ni Simoun, sapagkat pinalusog nito ang kabulukan sa bayan nang hindi ng anumang mithiin. Totoo ngang ang masasamang hilig ng isang pamahalaan ay nakapupuksa rito, ngunit pumapatay din naman sa kapisanang pinangyayarihan ng gayon. Sa isang pamahalaang may masamang hilig ay bagay ang isang bayang walang taros, sa pangasiwaang walang budhi ay bagay ang mga mamamayang magnanakaw at napaaalipin sa loob ng bayan. At mga tulisan at mga manghaharang naman sa mga kabundukan. Kung ano ang panginoon, gayon din ang alipin. Kung ano ang pamahalaan, gayon din ang bayan.

Itinanong ni Simoun kung ano ang dapat gawin upang lumaya at pinayuhan ito ng prayle na magtiis at gumawa.

"A, magtiis, gumawa!" mapait na ulit ng maysakit. "Madaling sabihin iyan kung kayo'y di nagtiis, kung ang gagawin ninyo'y ginagantimpalaan. Kung ganyang kalaking pagpapakasakit ang hinihiling ng inyong Diyos sa tao na hindi makaaasa sa kasalukuyan at nag-aalinlangan sa

---

① 改编自 Aurora E. Batnag, Rodolfo V. Flores, *Ang El Filibusterismo ni Jose Rizal: Isang Interpretasyon*, REX Book Store, 1998，第 140—144 页。

hinaharap, kung nakasaksihan ninyo ang mga nasaksihan ko, ang mga kahabag-habag, kadusta-dusta, walang pangalang pagpaparusa sa mga pagkakasalang di nila ginawa, mga pagpatay upang matakpan ang sala ng iba, mga kaawa-awang amang inagaw sa kanilang tahanan upang gumawa nang walang bayad sa mga lansangan...ah, magtiis, gumawa. Siyang kalooban ng Diyos! Anong Diyos iyan?"

"Isang makatarungang Diyos, Senyor Simoun," tugon ng pari. "Isang Diyos na nagpaparusa sa ating kawalan ng pananalig, sa ating masasamang hilig at di pagpapahalaga sa karangalan at naging katulong ng masasamang hilig kaya't nararapat nating bathin ang ibubunga ng gayon at pagtiisan din ng ating mga anak. Siya ang Diyos ng kalayaan, na siyang nag-utos sa ating ibigan ito (ang kalayaan), at ginagawang mabigat sa atin ang pasanin upang sabay sa pagpaparusa sa atin ay pinabubuti tayo at binibigyan lamang ng nararapat sa ating pagsusumakit. Pinatatatag tayo ng pagtitiis at pinalalakas ng pakikitunggali ang ating kaluluwa. Ang kalayaan ay hindi kailangang tuklasin sa talas ng patalim. Ang espada ay di lubhang kailangan sa makabagong panahon, datapwa't iyan ay kinakailangang matamo sa pamamagitan ng pagpapataas ng uri ng katuwiran at ng karangalan ng tao, na ibigin ang tapat, ang mabuti, ang dakila hanggang sa mamatay nang dahil dito. At pag ang bayan ay nakasapit na sa gayong kalagayan, ang Diyos ay magbibigay ng sandata. Lumalagpak ang mga diyus-diyusan, ang mga maniniil, na wari'y mga kastilyong baraha. Ang kalayaan ay kumikinang kasabay ang unang liwayway. Huwag sisihin ang kahit sino sapagkat ang ating kasamaan ay sa atin din buhat. Kung makikita ng Espanyang tayo'y hindi lubhang masunurin sa pagpapahirap at handang makitunggali at magtiis alang-alang sa ating karapatan, ang Espanya na ang siyang unang-unang magbibigay ng ating kalayaan. Subalit samantalang ang bayang Pilipino'y hindi pa nakahanda, wala pang katigasan ng loob upang ipaglaban ang kanyang mga karapatan sa tulong ng pagpapakasakit at sariling dugo, at ikinahihiya pa ang kanilang sarili, ay paano sila mabibigyan ng kalayaan? Kasama ng Espanya, o hiwalay man sa Espanya, sila'y hindi magbabago, at marahil ay lalo pang sasama. Para ano pa ang kalayaan kung ang mga alipin ngayon ang siyang magiging mang-aalipin bukas? At gayon nga ang mangyayari, sapagkat ang mga nagpapaalipin ay mapagmahal sa paniniil. Samantalang ang ating bayan ay hindi pa nakahanda, at tumutungo sa labanan dahil nadaya o dahil di lubos na nauunawaan ang ginagawa, ay di maisasakatuparan ang lalong matalinong mga balak. At mabuti pa ngang di maisakatuparan, sapagkat ano't ibibigay ang nobya sa mapapangasawa kung hindi lubos ang pagmamahal ng lalaki at ito'y hindi nakahandang mamatay para sa kanya?

Naramdaman ni Padre Florentino na pinigilan ng maysakit ang kanyang kamay at pinisil. Huminto ang pari at hinintay itong magsalita, ngunit ang tanging naramdaman niya ay ang dalawa pang pisil. Nakarinig siya ng isang buntunghininga, pagkaraan, mahabang katahimikan ang naghari sa loob ng silid.

Hindi kumibo ang maysakit kaya si Padre Florentinong may malalim na iniisip ay bumulong: "Nasaan ang kabataang maglalaan ng kanilang ginintuang panahon, ng mga pangarap at sigla sa ikabubuti ng kanilang bayan? Nasaan ang kabataang magbububo ng kanilang dugo upang hugasan ang gayon karaming kahihiyan, ang gayon karaming krimen, ang gayon karaming bagay na nakamumuhi? Malinis at walang bahid-dungis ang buhay na kailangang ialay upang ang handog ay maging karapat-dapat. Saan kayo naroroon, mga kabataang nagtataglay ng lakas ng buhay na tumakas na sa aming mga ugat, ng kawagasan ng mga kaisipang bumalik sa aming mga utak at ng lagablab ng kasiglahang namatay na sa aming puso? Hinihintay namin kayo, o mga kabataan! Halikayo at kayo'y aming hinihintay!"

Naramdaman niyang nangilid ang luha sa kanyang mga mata kaya binitiwan ang kamay ng maysakit. Tumayo at lumapit siya sa may durungawan upang tanawin ang kalawakan ng dagat. Ilang mahinang katok sa pintuan ang pumukaw sa kanyang pag-iisip. Itinanong ng utusan kung magsisindi na ng ilawan.

Patay na ang maysakit nang kanyang makita sa tulong ng liwanag ng ilawan. Lumuhod siya at nanalangin.

Nang siya'y tumindig at pagmasdan ang bangkay at masinag ang buong kaanyuan nito, nabakas niya sa mukha nito ang matinding hapis, ang sakuna ng isang buhay na walang saysay na dadalhin niya sa dako pa roon ng kamatayan. Nanginig ang matandang pari at umusal:

"Kaawaan nawa ng Diyos ang mga nagligaw sa kanya sa matuwid na landas!"

Samantalang ang mga alilang tinawag niya'y nangagdarasal ng patungkol sa yumao, kinuha ni Padre Florentino sa taguan ang maletang bakal na kinalalagyan ng kayamanan ng mag-aalahas. Sandali siyang nag-alinlangan, ngunit nanaog din dala ang kahong-bakal at tinungo ang batong inuupuan ni Isagani kung minamasdan nito ang kalaliman ng dagat. Inihagis ng pari sa dagat ang kayamanan ni Simoun. Makailang umikit ang kahong-bakal bago nahulog sa tubig. Nakita niya ang alimbukay ng tubig na pumaitaas at narinig ang isang bulwak. Naghilom ang tubig na lumulon sa malaking kayamanan.

Nawa'y ingatan ka ng kalikasan sa kanyang kailaliman na kasama ng mga korales at perlas ng kanyang walang hanggang karagatan," anang pari at iniunat ang mga kamay. "kung dahil sa mga banal at matayog na layunin ay kailanganin ka ng tao, ay pahintulutan ka ng Diyos na makuha sa sinapupunan ng mga alon. Samantala, diyan ay hindi ka lilikha ng kasamaan, hindi mo ililiko ang katarungan at hindi ka mag-uudyok ng kasakiman!"

二 单词表 Talasalitaan

kabulukan	腐朽，朽烂
taros	考量，关注
pangasiwaan	行为
tulisan	匪徒
manghaharang	掠夺者
nakasaksihan	（能）见证
inagaw	绑架
bathin	受苦，承受
patalim	刀剑
maniniil	暴君
baraha	卡，牌
maisasakatuparan	实现
pinigilan	阻止，压迫
pinisil	挤压
buntunghininga	叹息
ginintuan	镀金的
magbububo	洒
krimen	罪案
walang bahid-dungis	完美无瑕，无可指摘
tumakas	逃脱，逃跑

kawagasan	纯净
nangilid	处在……边缘
binitiwan	松手，放开
hapis	苦闷，痛苦
umikit	旋转
naghilom	愈合
lumulon	吞
iniunat	伸出
matayog	高端，高贵
sinapupunan	子宫
ililiko	误导
mag-uudyok	刺激，煽动
kasakiman	贪婪

三 练习 Pangkasanayan

Sagutin ang mga tanong.

(1) Anu-ano ang mga panglutas para sa kinabukasan ng lipunang Filipino ayon kay sinabi ni Padre Folorentino?

(2) Bakit hindi sumang-ayon kay Simoun si Padre Folorentino?

(3) Sa palagay mo, bagay ba ang mga isip ni Padre Folorentino sa kalagayan ng Pilipinas sa panahong iyon?

(4) Sa isipam mo, tama o wasto ang isipan ni Padre Folorentino at isipan ni Simoun? Bakit?

参考文献

Amado E. Borbon, *Pilipinas: Bayan Ko 4*, The Bookmark, Inc., 2004.

Clifford P. Esteban, *Pilipinas: Bayan Ko 5*, The Bookmark, Inc., 2004.

Ruben M. Milambiling, *Pilipinas: Bayan Ko 3*, The Bookmark, Inc., 2004.

Pablo M. Cuasay, *Mga 55 Piling Alamat ng Pilipinas,* National Book Store, 1991.

Aurora E. Batnag, Rodolfo V. Flores, *Ang El Filibusterismo ni Jose Rizal: Isang Interpretasyon,* REX Book Store, Manila, 1998.

Bienvenido Lumbera & Cynthia Nograles Lumbera, *Philippine Literature, a History & Anthology*, Manila: Anvil Publishing, 1997.

后 记

　　北京大学菲律宾语言文化专业，最初主要依靠来自菲律宾师范大学和菲律宾雅典耀大学的外籍教师所带来的讲义和教材开展课堂教学活动。随着中国社会对菲律宾的日益关注，与菲律宾交流的不断深入，我们对于适合中国学习者教材的需求与日俱增。2001 年，菲律宾语言文化教研室就将教材编写工作列为专业建设的主要内容，并开始收集、积累编写教材所需的资料。2003 年，《菲律宾语 300 句》出版，一方面是作为口语的实用性教材，另一方面是作为教材编写工作的阶段性成果。此后，菲律宾语基础教材编写工作就在一边编写、一边实践的模式下展开，2006 年完成了第一册的初稿，并运用于教学实践；2007 年完成了第二册、第三册的初稿，并运用于教学实践；历经教学实践的不断修改、补充，2017—2018 年分别出版了系列教材的前三册。与此同时，第四册的编写工作也于 2015 年开始，同样历经教学实践的检验后不断成熟。完整的四册本的系列教材现在与广大读者见面了。至此，北京大学菲律宾语言文化专业的基础语言教材建设告一段落，未来的教材建设将进入更为精细、专门的领域。

　　教材的编写工作，离不开语言资料的积累。本教材的语言资料主要来自外籍教师的自编讲义，Basic Tagalog for Foreigners and Non-Tagalogs, Ang Bayan Ko, Let's converse in Filipino, Philippine Literature, a History & Anthology, Mga 55 Piling Alamat ng Pilipinas，以及网络语言资料等诸多方面。有的语言资料是在整理教研室资料的时候发现的，有的资料是在留学、访学的过程中从报纸、期刊中找到的，有的甚至是在与当地人的交流中得到的。语言是随着社会在不断发生变化的，课文中

后 记

一些语言材料所涉及的社会背景也在发生变化,课文在使用这些语言材料的过程中,保留了原文的表达方式。

在教材的编写过程中,得到了菲律宾语专业外籍教师 Florentino Hornedo、Nenita Escasa、Jenneth Candor、Marco Lopez、Joseph Salazar、Ariel Diccion、Jethro Tenorio 等的大力支持。他们的教学材料和教学实践,都使本教材的编写者受益良多。1998级的本科生参与了一部分基础材料的整理工作,2002级之后的历届本科生都参与了教材的教学实践,并对教材提出了改进意见。还有关心和支持菲律宾语言文化专业发展的人士、校友也对教材的编写提供了帮助,在此一并致以衷心的感谢。

本系列教材的编写历程,实际上就是菲律宾语言文化专业的发展历程。教材的出版,只是菲律宾语教学工作的一个阶段成果。目前,这四册本的系列教材已经构成了菲律宾语基础语言教学的核心,但其他更多应用性、针对性强的领域仍亟需开展教材建设,菲律宾语的教学活动和教学探索,也将在此基础上继续前进。

编者
2021年7月于燕园